回 陽 因 果

HỒI DƯỜNG NHƠN QUẢ

SỰ TÍCH LÂM-TỰ-KỲ

Bị quỉ bắt lầm, sống lại thuật chuyện Âm-phủ,
vua Nhứt-điện xử 43 án. Nhờ uống phát-huệ mới nhớ.

VÀ

慈 恩 玉 歷 冥 經

TỪ-ÂN NGỌC-LỊCH MINH KINH

NGUYÊN BỒN CỦA

ÔNG MẠCH-QUỐC-THOẠI

Ở chùa ông Tân-Uyên (Biên-hòa)

IMP. ĐỨC-LƯU-PHƯƠNG
158, Rue d'Espagne
SAIGON

西方接引
彌陀佛

TỰA

KHẮC BẢN HỒI-DƯƠNG-NHƠN-QUẢ LẦN THỨ BA

Dương-gian Âm-phủ thưởng phạt cũng một lý không khác. Người trí thì hiểu, kẻ dốt không thông. Nay hỏi thử kẻ không học như vầy : « Lời xưa nói : « Việc Âm-phủ chẳng nên tin trọn, song cũng phải tin. Như vậy tin tại lỗ tai hay tin tại con mắt ? » Chắc trả lời rằng : « Tai nghe có lý cũng tin, mà sao bằng mắt thấy. »

Huyện Kim-khê, có chàng họ Lý tên là Hạo-Chiêm, tự Chung-Tú, thuật chuyện chàng họ Giang tên Triều-Viễn, tự Giác-Phi, ở huyện Bạch-hạ, khắc thêm bản kinh Hồi-dương-nhơn-quả, là khắc lần thứ nhì, do theo bản của Lâm-tự-Kỳ. Nguyên tích Lâm-tự-Kỳ ở huyện Hiếu-căm, tỉnh Hồ-bắc bị quỉ Vô-thường làm bắt hồn xuống Âm-phủ, thấy vua Nhứt-điện với các Phán-quan xử nhiều án. Sau sống lại nhớ chừng, chép làm một tập, có vẽ hình vua Minh-vương với Phán-quan xử các tội hồn và quỉ sứ hành hình, thích nghĩa minh bạch, âm luật rõ-ràng. Rồi rủ đông người đầu đậu, mướn khắc bản in cho thiên-hạ, phỏng vài ngàn cuốn. (Như vậy Lâm-tự-Kỳ khắc bản in lần thứ nhứt.)

Khi ấy tại chợ Kiến-khê, có người bằng-hữu đặng một bổn, muốn khắc bản, dùng tại xứ mình cho gần, vì Hồ-bắc với huyện Bạch-hạ đều xa cả. Chàng Lý-chung-Tú cũng ở về quận Kiến-khê khen ngợi lắm, khuyên rủ các vị hảo-thiện hay làm phước bố thí, đậu bạc khắc bản lần thứ ba, xin tôi đặt lời tựa, để in trước mặt kinh. Tôi nói : « Ai cũng muốn làm lành như mình. Nếu lấy sự tai nghe mà khuyên người hồi tâm, sửa lòng làm lành chừa dữ. Sao bằng lấy sự mắt thấy khuyên người, chắc ý tin thiệt chừa lỗi làm lành, Bởi vì tin chắc có kẻ thác đi sống lại, thấy việc âm-phủ xử đoán mà thuật chuyện, dương-gian âm-phủ tuy cách nhau, mà thưởng lành phạt dữ cũng một lý không khác. Ta còn nói đều chi nữa ? »

Trào Thanh, niên hiệu vua Đạo-quang năm thứ tám, là năm mậu-tí, nửa tháng tư, quận Kiến-khê Trương-hữu-Thiện rửa tay kinh đề lời tựa nầy, tại Minh-châu-đường.

Nay ông Lê-nghiêm-Kỉnh với Thân-cửu-Giác, có Thành-Đức cậy dịch Hồi-dương-nhơn-quả, còn tôi tình nguyện dịch thêm Ngọc-Lịch.

THƠ RẰNG : *Trần Lê lo dịch tích Hồi-dương,*

> *Phong nằm nghe kinh hiểu cháng chưởng.*

> *Sắc chỉ Minh-vương phán xử thẳng,*

> *Làm gương mấy án thế xem tướng.*

TỰA

CỦA GIANG-TRIỀU-VIỄN KHẮC BẢN THỨ NHÌ

Vả chẳng làm lành thì đặng phước, tà-dâm thì mắc họa xưa nay ứng rõ ràng và đủ bằng chứng. Còn có lời nguyện là vái-van thì huờn nguyện là trả lễ. Còn lời nguyện tôi lấy làm tệ quá ! Là nguyện hồi kỉ-vì, trào Thanh vua Gia-Khánh, tôi dạy học tại đất Tam-tấn, hồi phát nguyện in sáu ngàn bộ Như-ý-lục là sách khuyến-thiện, mà người ; vái nội mười năm in cho đủ số. Ba năm khắc mới rồi bản Như-ý-lục tại kinh-kỳ, hụt tiền nên in mới năm trăm bộ ! Thẳng-mẳn đã đến mười năm, té ra trả tiền lễ chưa đủ, mà cha tôi qua đời ! Tôi ăn-năn buồn rầu, vì cầu thọ cho cha không hết lòng, nên sống không đặng lâu dài, mà còn mắc nợ lời vái.

Qua tháng mười một năm giáp-thìn, tôi đến kinh-đô nữa, vào chùa Dao-nhiên, lại cầu đức Văn-Xương Đế-quân, cho nán năm năm nữa, sẽ in đủ số sách mà chuộc tội. (Cái sự nguyện in thiện-thơ mà cầu việc chi đã có nói trong tựa sách Như-ý-lục, ấy là nguyện vái cầu thọ cho cha sống lâu).

Qua năm sau là năm kỉ-vì, in thêm một ngàn bộ. Song sợ lòng nào lẳng theo luật Công-quá-cách, và hay xem lời khuyến đời các tích trên hiểu, đều rút biên thêm sau cuốn Như-ý lục, mùa thu khắc thêm rồ Nay là năm Bính-thân, in thêm một ngàn bộ nữa. Lúc nầy tôi dạy học sông Thiên-giang, tiền luy ít, mà không dám bê-trễ. Khi ấy xảy gặp thầy Cố-tình-Nhai là người in kinh, nói chuyện cuốn Hồi-dương-nhơn-quả đưa cho tôi xem, coi kỹ lời nói việc lành việc dữ rành rẽ, bắt dùng mình rởn-ốc, sợ run ! Thăm xét sách của mình Thánh-hiền, luật của Tiên, của Phật, là lời dạy của tam-giáo (ba đạo), đều khuyên người chừa làm lành. Nhưng mả cuốn Hồi-dương-nhơn-quả nầy người xem mà càng dễ hiểu, đủ tin ; nên các kinh khuyến-thiện, cho kinh nầy là đờ tắt hơn hết. Nghĩ như vậy, tôi chia hai số tiền ấy, phân nửa in Như lục có phụ thêm, còn phần nửa khắc bản Hồi-dương-nhơn-quả in mà ch đời, mới rồi lời vái trước.

Trào Thanh, niên hiệu vua Gia-Khánh năm thứ hai mươi ba, là nă kỉ-mão, đầu tháng hai, tại huyện Bạch-Hạ, Giang-triều-Viễn, tự Giá ghi lời tựa.

(Như vậy lời tựa nầy, là lần khắc bản thứ nhì).

Kinh HỒI-DƯƠNG NHƠN-QUẢ

Của LÂM-TỰ-KỲ

Trong tỉnh Hồ-Quãng, có huyện Hiếu-Cãm, tại làng Lê-thọ có một người học nho, họ Lâm tên Tự-Kỳ, thuở nay ăn chay, cữ sát sanh, hôm mai thường tụng kinh Kim-cang, song không hiểu nghĩa lý trong kinh cho hết. Tánh ở công bình hiền hậu. Xóm làng đều kính trọng người.

Nhằm bữa mồng hai tháng ba, năm Mậu-ngũ, trào vua Gia-Khánh, Lâm-tự-Kỳ dậy sớm thắp hương cúng lạy. Xãy đâu mấy con qui vật Tự-Kỳ mà bắt hồn dẫn đi ; đem đến miểu ông Địa sở tại xem xét rồi. Qua bữa sau giải tới miểu Thành-Hoàng, (là ông thần dình số tại) xem xét nữa, nội ngày ấy giải đền đền vua Tây-nhạc, là chỗ hội các hồn mới chết, phỏng là ba bốn trăm hồn, vua Tây-nhạc phê nhận các tờ, rồi giãi qua Đô-thống-ti xử đoán. Bữa thứ ba mới tới Đô-thống-ti đủ mặt. Lâm-tự-Kỳ thấy các hồn đều mang gông xiềng, áo quần rách rưới. Qui-sứ lùa hết vào dinh Chưởng-án phán quan (ông phán-quan coi các án) mà phát đính bài mỗi hồn, đeo trên cổ, có đề phạm những tội gi. Tới phiên kêu tên Lăng-sĩ-Kỳ ở làng Lý-thọ, huyện Hiếu-cãm, đeo đính-bài bốn chữ « ác phạm ngưu đồ » (nghĩa là tên tội làm hàng trâu), quỉ dẫn hồn Lâm-tự-Kỳ vào hầu tra, Phán-quan xem thấy trên đầu hồn Tự-Kỳ có chiếu hào-quang nhấp nháng. Phán-quan hỏi : « Ngươi làm hàng bấy lâu, giết bao nhiêu trâu ? » Tự-Kỳ bẩm rằng : « Mô-phật, tôi thuở nay không giết trâu nào hết, Phán quan nói : ngươi không giết trâu sao đeo đính-bài, trên tên họ ngươi có bốn chữ « ác phạm ngưu-đồ ? » Mà ngươi phải ở làng Lý-thọ chăng ? » Tự-Kỳ bẩm : « Tôi ở làng Lê-thọ, chớ không phải làng Lý-thọ. » Phán-quan hỏi : « Ngươi mấy mươi tuổi ? » Bẩm rằng : « Tôi đã bốn mươi một tuổi. » Hỏi : « Sanh tháng ngày giờ nào ? » Bẩm : « Sanh nhằm giờ thìn, mồng ba tháng giêng. » Phán-quan tra bộ rồi nói : « Lâm-tự-Kỳ ở làng Lê-thọ số tới bảy mươi tám tuổi, cớ nào bắt tới làm chi ! Vã lại : họ tên trong bộ tuy trùng tiếng trên đính-bài, mà chữ không trùng, tên làng cũng đồng âm mà bất đồng tự. Huống chi ngày sanh tháng đẻ khác nhau. Nhà ngươi là Lâm-tự-Kỳ ở làng Lê-thọ, còn ta sai bắt tên hàng-trâu là Lăng-sĩ-Kỳ ở làng Lý-thọ kia. Bởi nó mới ba mươi sáu tuổi, làm hàng giết trâu chó phỏng vài trăm con. Hỡi còn tội khác kể không xiết, nên đáng đọa tam-đồ, là hành hình ba cách ; trấn nước, đốt nấu dầu, đâm chém bằm xắt, kêu là thủy-đồ, hỏa-đồ, đao-đồ. Còn ngươi có chiếu hào-quang trên đầu, chắc là ngươi làm lành tụng kinh kệ. » Bẩm rằng : « Tôi thuở nay không làm đều chi lành lắm, song chẳng dám làm việc dữ. Từ mười bảy tuổi ăn chay, đến nay đả hai mươi mấy năm thường ngày dầu mắc việc chi gấp lắm, cũng lo tụng cho rồi một cuốn kinh

Kim-Cang, và niệm Di-Đà vài trăm câu, rồi mới làm công việc. » Phán-quan nói : « Như vậy thì là người lành ; qui-sứ bắt làm một người thường cũng có tội, huống chi là người lành ! Vả lại Thổ-địa sở tại, với các vị thần xem xét đều sơ lầm, cũng có lỗi nữa, việc nầy quan-hệ, chẳng phải nhỏ đâu ! Vậy thời thiện-nhơn hãy ngồi đỡ mái tây, đợi tôi tâu cho vua hay, rồi sẽ đưa về dương-thế. » (Nghĩa là huờn hồn sống lại). Xảy có hai người đồng-tử mặc áo xanh, dắc hồn Tự-Kỳ đến nhà khách mái tây. Thấy trên tấm biển đề bốn chữ : *Tây-phương chú-tiết :* (Nghĩa là chỗ ở tạm mà đợi rước về Tây-phương, cho rỏ ràng tiết nghĩa) lại có đôi liễn cột cái như vầy : *Đại trượng-phu, thũ bất khai sanh tử lộ.*

Kỳ nam tử, song mi số phá lợi danh quan.

THINH NÔM : *Đứng bực trượng-phu, một cánh vẹt thông đường sống thác.*

Đáng tranh nam-tử, đôi mày châu nghỉnh áng công danh.

NGHĨA LÀ : Đứng bực trượng-phu chí cả, thông hiểu sự sống làm thì thác có báo ứng về phần hồn, nên không dám làm dữ, mà lại làm lành ngỏ nhờ thân sau. Còn nam-nhi cao kỳ thông thái, thấy sự danh lợi thì mất đức hạnh nên không lòng tham danh lợi, lo tu nhơn tích đức cho phần hồn.

Khi ấy Tự-Kỳ vào trong nhà khách, thấy có ba người ; một gái, hai trai, đều ăn mặc theo đạo-sĩ (thầy pháp tàu) tay cầm xâu chuỗi lần, đồng đứng dậy, chấp tay mời ngồi. Đồng-tử nói : « Thiện-sĩ ngồi chờ một chút, đợi vua ngự sẽ vời ». Giây phút, nghe ba tiếng trống, mở cửa đền. Đồng-tử đến với Tự-Kỳ tới cửa đền, thấy trên cửa ngỏ có treo tấm biển ngang, đề mười một chữ :

Kinh-châu đẳng xứ sanh hồn thiện ác đô-thống ti.

NGHĨA LÀ : Sở đô-thống coi xứ hồn dử lành Kinh-châu.

Cửa ngỏ đề đôi liễn rằng :

Âm dương bổn vô dị lý. Căm ứng xát hữu minh trưng.

NÔM : *Âm dương vốn không khác lý. Căm ứng thiệt có quả tang.*

Đôi liễn trên cột như vầy :

Gian-hùng đáo thử, năng bất tảm hàn.

Thiện-sĩ lám tư, tự nhiên khí tráng.

NÔM : *Gian hùng đến đó sao khỏi lòng nao.*

Lương-thiện vào đây tự nhiên hơi khõe

Vào cửa trong, thấy treo tấm biển bốn chữ :

Phước thiện họa dâm.

NGHĨA LÀ : Thưởng người lương thiện phạt tội tà dâm.

Và đôi liễn như vầy :

Nghiệt cảnh phân minh, xảo kế thiên ban nan tế yểm.

Dạ-đài thê sở công hầu cực phẩm bất tương nhiêu.

NÔM : *Gông báu sáng lòa, xảo kế nhiều bề không dễ giấu.*

Để cầm thảm khổ, công hầu tột bực chẳng hề dung.

Đôi liễn nửa rằng :

Thiên-đường hữu lộ, chỉ tu ốc lậu đổ thanh thiên.

Địa-ngục vô môn, chỉ vị thốn tâm đa ám địa.

Nôm : *Thiên-đường có nẻo thẳng, cho hay nhà kín thấy trời xanh.*

Địa-ngục không ngờ ra, cũng bởi tấc lòng theo đất tối.

Nghĩa là : Trong nhà kín nhà tối, coi như ban ngày, không dám làm quấy thì đặng lên Thiên-đường. Nếu không lòng tối tăm, hay tinh mưu thầm kế trộm, cơ-xảo độc-ác, thì sa Địa-ngục.

Vào tới đơn-trì (sân sơn son), trên treo biển bốn chữ *Tam vô tư đường* (nhà ba đều không tư).

Kinh Lễ-ký nói : Thiên vô tư phúc, địa vô tư tải, nhựt nguyệt vô tư chiếu. Nghĩa là : Trời không che riêng, đất không chở riêng, nhựt nguyệt không chiếu riêng)«

Đôi liễn như vầy :

Sanh bình nhứt vị hồ hành, kham thán tín tâm bất cập tảo.

Kim nhựt thiên ban thọ khổ, cực tư hồi thủ khước hiềm trì.

Nôm : *Bấy lâu một thói làm hồ, tiếc nhẻ lòng tin khôn kịp sớm.*

Thuở nay nhiều bề chịu khổ, thương ôi dạ tủi khiến ra chầy !

Trong xa, đôi liễn trên cột như vầy :

Đối Quỉ-sát, Dạ-xa, mạc quái đương tiền nhan diệc ác.

Thượng đao-sơn, kim thọ, phương tri tích nhựt niệm đầu sai. (Kim-thọ là cây có buộc gươm trên nhánh nhiều quăng tội lên).

Nôm : *Ngó Quỉ-sứ Dạ-xa, chớ trách cỏi nầy nhiều mặt dữ.*

Lên đao-sang, kim thọ mới hay thuở trước tấc lòng sai.

Trên cao có treo tấm biển bốn chữ :

Thưởng khách hình oai, (Thưởng người lành, phạt kẻ oai dữ).

Phía đông treo tấm biển bảy chữ :

Tân thiết vô gian Tăng-nho-ngục.

Nghĩa là : Mới lập thêm ngục hành không hở, là hành rồi cách nầy, dạy hành cách khác, để trị tội sải tu giả, sỉ hại đời.

Đôi liễn dài hai bên như vầy :

Thọ Bồ-tát giải âm tá không môn ngu kỉ, vương pháp nhiều phật, pháp bất nhiêu.

Đọc Thánh hiền thơ phản tương nho thuật sát nhơn thế võng lậu, thiên võng bất lậu.

Thích Nôm : *Độc kinh Bồ-tát thầm ăn chùa chiền dối thế, phép vua dung phép Phật chẳng dung.*

Học sách Thánh-hiền, dám đem chữ nghĩa hại người, lưới đời lọt, lưới trời không lọt.

(Ấy là hành tội sải tu dối, và kẻ học hay đặt đơn hại người)

Thuở ấy các hồn đều quì dưới thềm. Phán-quan thâu giấy tờ tâu rành sự bắt lầm, vân vân... Tần-quảng vương xem rồi, phán rằng : « Người nầy quả thiệt hiền lành, lại ăn chay tụng kinh, và lại chưa tới số, đáng cho huờn hồn. Sai quỉ Dạ-xa mau mau bắt hàng-trâu là Lăng-sĩ-Kỳ ở hàng Lý-thọ đến đây. » Còn bốn quỉ Dạ-xa bắt lầm, xử trượng mỗi tên tám chục roi, rồi giam lại sẻ kêu án. Lỗi Thổ-địa tại làng chẳng đi bắt lầm, ta cũng dâng sớ cho Ngọc-đế phạt tội. Rồi phán hỏi Tự-Kỳ rằng : « Ngươi bấy lâu tụng kinh chi ? » Tự-Kỳ tâu : « Tụng kinh Kim-cang. » Phán : « Hay lắm ! Mà tụng đặng bao nhiêu cuốn ? » Tâu : « Tôi không nhớ, song tôi ăn chay hăm mấy năm, còn tụng kinh mới bãy năm. » Vua truyền Phán-quan tra coi tụng đặng bao nhiêu cuốn. Phán-quan giở bộ đếm cọng đặng ba ngàn năm trăm lẽ ba cuốn. Phán-rằng : « Số ngươi còn nhiều, ước tụng cũng dư một tạng (một tạng là 5848 cuốn.) Mà ngươi có rỏ nghĩa lý trong kinh chăng ? » Tâu : « Tôi không hiểu nghĩa cho hết. » Phán : « Nếu hiểu nghĩa kinh mà ở theo, và khuyên người nữa, thì công đức lường không xiết. Chớ như tụng không, thì công đức mười phần đặng có ba phần. » Tự-Kỳ tâu : « Mướn người tụng kinh thế cho mình có đặng phước chăng ? » Phán : « Mướn người tụng, mười phần, đặng có một phần phước. Nhưng mà còn hơn kẻ không tụng. Khi trước ngươi tụng kinh Kim-cang, chưa khỏi sai siển. Lúc đương tụng trong lòng không ròng thanh tịnh, hoặc nhớ mấy việc nầy việc kia. Ấy là miệng tụng lấy có, mười phần được phước không đặng hai ba phần. Vậy từ rày sắp sau phải rán sức suy nghĩ cho thông nghĩa lý, miệng tụng, lòng tưởng. Gặp ai cũng giảng bốn câu kệ trong kinh Kim-cang, thì mới có trông về Tây-phương đặng. » Phán-quan tâu : « Người nầy cách thế gian đả năm ngày, trái tim phải lạnh, chắc trong nhà đả liệm rồi, e khó sống lại. Nếu Ngọc-đế tra ra, ắt không tiện lắm. Xin vương-gia cho huờn hồn lập tức. » Vua phán rằng : « Không hề chi. Ngày mồng hai, 12, 22, ngày mồng năm, rằm, 25, mồng tám, 18, 28, đều là ngày lệ xử các phạm hồn tại đây. Nay là ngày số tám (mồng tám) cũng nhằm kỳ xử. Ta thấy người đời, không tin nhơn-quả báo ứng, để khinh lời thánh, chê bai tam bảo (là phật, pháp, tăng : Phật, kinh-luật thầy tu), các tội ấy rất nhiều. Nay cầm thiện-sĩ một ngày, xem ta xử đoán lành dữ, nửa sống lại, thuật chuyện cho người đời nghe. Mau cho thiện-sĩ uống một huờn thuốc Noản-Tâm nầy thì trái tim ấm tới bảy ngày. » Rồi phán rằng : « Phàm các hồn đến cửa nhứt nầy, quá bảy ngày mới giải qua chín vua Thập-điện, thì sống lại không đặng. » Tự-Kỳ tâu : « Vì cớ nào mái tây có nhà khách gọi là : *Tây-phương chú tiết*, người phàm đến đó đặng chăng ? » Vua phán : « Không phải đến đặng. Phàm người thác, đem hồn tới vua Tây-nhạc xem xét, phê rồi mới giải đến đây. Trẫm xét rõ đáng luân-hồi, mới phê vào tờ, rồi gởi qua vua Đông-nhạc xem rõ mới phát một tờ cho đi đầu-thai, hồn ấy mới đặng thầu-thai. Còn trừ ra ai trọn lành không dữ, hoặc ăn chay tụng kinh, chơn tu, thì trẫm không phép xử đoán, nên cho ở tạm mái tây, đợi trẫm viết điệp triệu Kim-đồng Ngọc-nữ, đem tàng phương báu, rước hồn lên Thiên-đường. » Tâu : « Sao gọi là Thiên-đường ? » Phán : « Cỏi Thiện đường sáng láng rộng ngay. Nếu lòng ai sáng-láng, ở rộng rải ngay thẳng, thì hồn lên Thiên-đường. » Tâu : « Còn Địa-ngục thể nào ? » Phán : « Chốn Địa-ngục thấp dơ đen tối. Nếu ai lòng ở hèn-hạ, nhơ-nhớp, xấu-xa mê-muội, thì hồn xa Địa-ngục. » Tâu : « Những hồn lên Thiện-đường, hoặc sa Địa-ngục có luân-hồi (đầu thai) chăng ? » Phán : « Đả lên Thiên-đường, hoặc sa Địa-ngục, đâu còn đầu-thai, song cũng có khi vì chưa dứng bực cũng còn đầu-thai nửa. » Tâu : « Như vậy, bực nào phãi luân-hồi ? » Phán : « Trong một ngàn người, may một hai người lên Thiên-đường. Còn ngàn người phỏng vài trăm người bị cầm Địa-ngục. Còn bao nhiêu (800) đều luân-hồi hết. Bởi vì ai trọn lành không phạm một đều dữ, mới đặng lên Thiên-đường. Nếu ai trọn dữ, không làm một đều lành, mới bị cầm Địa-ngục. Còn ai không lành không dữ, hoặc nửa lành nửa dử đền phải đầu-thai. » Tâu : « Hoặc kẻ trước làm lành, sau làm dữ, hoặc người trước làm dử sau làm lành, có kẻ dữ nhiều lành ít, kẽ thì dữ ít lành nhiều, vương-gia mới xữ làm sao ? » Phán : « Trước làm lành, sau sanh dữ, thì ghi dữ, chẳng ghi lành. Trước làm dữ, sau chừa lỗi làm lành, thì ghi lành, chẳng ghi dữ. Còn dử nhiều lành ít, đam lành trừ dữ, còn dư bao nhiêu dử, thì hành mà trã họa. Dử ít lành nhiều, thì đem dử trừ lành, còn dư bao nhiêu lành thì trả phước. » Tâu : « Nếu ghi dử chẳng ghi lành, thì những kẻ trước làm lành, sau làm dữ, cũng như người trọn giử một thứ. Còn ghi lành chẳng ghi dữ, thì những kẻ trước dữ sau lành, cũng như người trọn lành một thế, không phải chẳng chia nặng nhẹ sao ? » Phán : « Chẳng phãi nói như vậy ! Bởi người làm lành chẳng trọn, thì Ngọc-đế ghét lắm, cho nên ghi dử, chẳng ghi lành, song không phải chẳng kể sự lành của nó đâu, nhưng tính giảm hết phần nửa việc lành. Còn kẻ ăn năn chừa lỗi, thì Ngọc-đế thương lắm, nên ghi lành chẳng ghi dử, song chẳng phải không ghi dữ chút nào, nhưng mà giảm phân nửa việc dữ. » Tâu : « Tôi thường thấy người lành mà bị nghèo nàn. Còn kẻ dữ lại đặng giàu sang. Trời báo ứng không rõ ràng, nên hiểu chẳng thấu ! » Phán : « Người lành mắc họa, e mặt lành mà lòng chẳng lành. Kẽ dữ mà đặng phước, e mặt dữ mà trong lòng không dử. Thượng-đế trọng thiệt tình, chớ không cần sự làm mặt bề ngoài. Bởi làm mặt bề ngoài thì dối người đặng, chớ lòng dối trời sao đặng. Xưa nay quã báo chắc không lầm. Song việc nhơn quả báo ứng có nhiều cách. Có khi dữ lành kiếp trước mới trả đời nay. Lành dữ đời nầy, kiếp sau mới trả. Hoặc đời nào trả theo đời nấy, có khi mới làm lành mà dử trả lập tức nhãn tiền. Còn như ngươi nói : « Dử đặng phước, lành mắc họa ». Là bởi làm lành, làm dữ đời nay chưa bao nhiêu, mà mắc trả lành lớn dữ lớn, kiếp trước chưa rồi, làm sao ngươi hiểu thấu. Bởi vì trả kiếp trước của chúng nó, lành cho hưởng phước, dử cho mắc họa, cho dức nợ kiếp trước. Rồi mới xét lành dử đời nay thiệt giả, nhiều ít, lớn nhỏ, trừ cấn, hoặc trả lại đời nay, hoặc để dành kiếp sau, hoặc trả cho con cháu nó. Việc báo ứng theo luật âm, hoặc sớm muộn, hoặc kín đáo, hoặc rõ ràng ; chắc không sai một mảy. Cái ý nhiệm mầu, người biết sao thấu ? » Tâu : « Sao gọi là đời nay mà chịu trả nhơn quả kiếp trước ? » Phán : « Như còn nít mà bị té sông, lửa cháy, bị đâm chém, bị tật bịnh, hoặc cọp ăn, rắn cắn, ngựa đạp, xe cán, trâu báng, hoặc các việc rủi ro, vân vân, thì đời nay nó đã biết làm đều chi dữ đâu, mà bị trả họa, là vì trả họa kiếp trước. Lại còn học trò mới đời mươi, mà đi thi đỗ, hoặc là con dòng mà đặng thế chức, hoặc hưởng tổ-ấm, phụ-ấm, hoặc các việc may mắng thình không, vân vâu, thì đời nay tuy chưa làm lành, mà đặng hưởng phước, ấy là trả lành kiếp trước. Coi đó mà suy, thì hiểu lành mà mắc họa, dữ mà đặng phước, là tại cớ ấy. » Tâu : « Nếu người lành lên Thiên-đường hết, cũng không luân-hồi, thì trong đám đầu thai chẳng là không có người lành sao ? Còn kẻ dữ đều cầm Địa-ngục, củng không luân-hồi, thì trong đám đầu-thai không có kẻ dữ rồi ! » Phán : « Người lành cũng có khi luân-hồi một hai, là vì mười phần lành, còn chưa trọn lành một phần, thì cũng cho đầu thai xuống cõi trần chịu cực một phen, củng như tu thêm cho trọn lành, rồi mới được về Thiên-đường, ấy là trời lấy lòng tốt mà bó buộc người lành đó. Còn kẻ dữ có khi một đôi người đặng luân-hồi, là vì mười phần dữ chưa trọn, nên còn dung chế, cũng cho luân-hồi, chịu cực khổ trăm bề, hành phạt một phen cho đến thế, làm cho biết ăn năn chừa lỗi, ấy củng nhơn từ của Thượng-đế như lòng mẹ thương con không nở giết đứa dữ. » Tâu : « Bắt người lành đi đầu-thai, thì người lành khổ lắm ! Còn kẻ dữ củng được đầu thai, thì kẻ dữ rất may chăng ? Sao trời không phân biệt ? » Phán : « Không phải vậy đâu ! Cho người lành đầu-thai hưởng giàu-sang vinh-hiển, là Thiên-đường tại đời, sao gọi chịu khổ ? Còn cho kẻ dữ đầu-thai chịu khó-bền, tai nạn, củng như Địa-ngục tại Dương-gian, sao gọi rất may ? Huống chi người lành hưởng cảnh thuận, nếu tu nhơn tích đức thêm, thì lên Thiên-đường. Nếu hưởng phước giàu sang mà làm dữ quá, trừ hết phước dư tội thì cũng không siêu được. Nếu kẻ dữ bị cảnh nghịch tai nạn mà biết ăn năn vì lỗi trước, lo tu đền tội, thì cũng hết khổ, bằng không tu thì đọa Địa-ngục đả ưng, hết trông đầu thai nửa. Coi đó thì đủ biết sự họa phước tuy là trời định, song lòng người lành dữ củng đổi dời, việc may rủi tuy bởi số phần, mà lòng người ở dử lành củng đổi số mạng. Cho nên họa phước số mạng không chắc gì, do tại làm lành làm dữ mà đổi dời hoài. » Tâu : « Như vậy Thiên-đường Địa-ngục siêu-đọa là tại lòng người muốn, tự-do làm chủ. Nếu tôi là người không làm chủ cái tâm tôi, ấy là : Thiên-đường nọ, có đàng chẳng bước ; Địa-ngục kia không cửa lại tìm ! » Phán : « Phải, xét lại người là người sẽ lên Tây-phương, nên lòng mau tỉnh như vậy. » Nói chuyện dứt rồi, Phán-quan tâu : « Các phạm hồn tựu đủ hầu tra. » Vua xem lời phê của vua Tây-nhạc rằng : « Bọn Từ-Húc cộng 752 hồn, đáng đầu-thai. » Vua đều phê cho chúng nó được giải qua vua Ðông-nhạc lãnh tờ đầu-thai hưởng phước. Coi qua lời phê trọn lành ba hồn được siêu, kể ra sau nầy :

1· Một nàng thiện-nữ là Liễu-thị, chí hiếu với mẹ chồng nuôi đau cực khổ, lại hay bố thí, cho kẻ tù ăn ; xuất tiền sửa cầu đắp đường, làm nhiều việc lành, không nói một lời tồn đức, chẳng làm một đều chi hung dữ. Lại ăn thập trai đã năm mươi năm và hay tụng kinh Phổ-môn nửa.

2· Một tên thiện dân là Dương-Thăng, thảo cha mẹ, thương anh em chị em, cung kính kẻ lớn, ở nhơn từ rộng rãi, hay thương người. Không ăn gian một đồng tiền, chẳng tham lam ngàn lượng bạc. Cứu người ngặt-nghèo, giúp người gấp-rúc. Vài trăm người nhờ ơn giúp giùm, mấy chục nhà nhờ tay cứu sống. Công ơn bố thí lớn lắm.

3· Một vị thiện-sĩ là Trương-quan-Diện ở huyện Võ-lăng, tuy nhà nghèo mà thủ phận, cực khổ mà bền lòng. Ðặt sách vài trăm cuốn, đều nói chuyện khuyên đời. Dạy học trò giữ nhơn nghĩa làm đầu, kết bạn hữu ngay tín làm gốc. Tuy chẳng ăn lạt mà lòng lành như ăn chay. Tuy chẳng niệm kinh, mà lời hiền như niệm kệ, lòng mình sạch sẽ, lời nói chẳng dữ hung.

Ba vị ấy đều đáng đầu-thai về Tây-phương, được liên-hoa hóa thân bực thượng (như Na-Tra khỏi cha mẹ sanh nửa).

Vua xem lời phê của vua Tây-nhạc rồi phán rằng : « Mau với Kim-đồng Ngọc-nữ đem tàn phướng báu, xuống rước ba hồn qua Tây-phương (Kim-đồng rước hồn nam. Ngọc-nữ rước hồn nữ), còn tại ti nầy, phải nổi trống trổi nhạc, thắp hương, chưng hoa, sắp-đặt hạc-liên mà đưa ba vị ấy. Còn các hồn phạm tội, chiếu y theo số thứ tự trong đình-bài, dẫn vào trăm xứ. »

Phán quan tâu rằng : « Hồn phạm số thứ nhứt là họ Dư, ở huyện Huỳnh-châu, tú-tài thi đỗ cử-nhơn, hai khóa không đậu tấn-sĩ, đặng bổ chức tri-huyện, huyện Tú-thủy, trào-Thanh, lên lần tới chức chủ-sự sở hình-bộ, sau làm chức lang trung sở công bộ ; lại sang qua chức thị-lang sở bộ-bộ, rồi qua sở lại-bộ đặng năm tháng mới thác. Tra án tên phạm nầy, từ hồi đỗ tú-tài tới làm huyện, không làm một mãi lành, đến làm sở hình-bộ, giết oan 13 mạng. Làm sở công-bộ, ăn của hối lộ rất nhiều. Làm sở hộ-bộ, ăn hối lộ nhiều bạc lắm. Sau lên sở lại-bộ càng dạn hơn nửa, bán chức quan mà ăn, miếng đầy túi mình, không cần ai khóc. Tội nầy đáng đọa Ðịa-ngục A-tì, không đặng đầu-thai. » Họ Dư đứng dậy, bái và tâu rằng : « Tôi đã làm quan lớn, xin Vương-gia châm chế cho tôi còn thể-diện. » Vua nạt và phán rằng : « Khốn kiếp ! Dương-gian trọng người chức lớn, tại Âm-phủ trọng đức chớ chẳng trọng tước quờn ; kẻ đức-hạnh lớn, dầu ăn mày trẫm cũng kính lễ. Nay ngươi còn ỷ thế làm quan mà cự với trẫm sao ? Quĩ Dạ-xa lấy chùy sắt mà đập đứa khốn nầy cho chí-tử. » Họ Dư tâu rằng : « Tôi có ăn thập-trai, tụng kinh Chuẩn-đề. » Phán rằng : « Ngươi ăn thập-trai niệm kinh chư

Chuẩn-đề, mà cầu công danh bền bỉ. Người phải hiểu nghĩa hai chữ Chuẩn-đề. Phàm người muốn cầu giàu-sang công danh, hoặc cầu con cầu trường thọ, thì phải chừa mười đều dữ là : chẳng kính trời đất, chẳng kính tam-quan, chẳng thảo cha mẹ, chẳng thuận anh em, chẳng ngay vua chủ, chẳng tin thiệt, chẳng lễ nghi, chẳng xử nghĩa phải, chẳng thanh liêm trong sạch, chẳng biết hổ thẹn. Đã chừa 10 đều dữ ấy, lại còn ở theo luật Công-quá-cách, mỗi ngày tụng kinh Cảm-ứng cho nhớ mà sửa lòng, không dám hỡ một bữa, chẳng dám tịnh một đều trái lẽ. Như vậy thì ăn thập-trai, niệm chú Chuẩn-đề cảm động lòng trời. Còn ngươi bấy lâu làm dữ nhiều đều, cứ bia tiếng Chuẩn-đề, mà trông trã phước, là theo ngọn, chẳng giữ gốc, mà cảm động vào đâu ? Nhằm ngày thập-trai, ngươi quên ăn mặng lỡ, bữa khác ăn chay mà trừ, hoặc đám tiệc chúng ép, thì ngươi đình ngày chay mà ăn mặng. Theo phép đã ăn chay, thì không lẽ ăn bữa khác mà thế ngày quên, cũng không đặng xả đỡ ngày chay mà ăn mặng. Nếu thế hoặc xã thì không phải lòng thành, còn kể chi nữa ? Ăn chay thập như ngươi đó, lại càng thêm tội, đừng cãi nhiều lời ! Mau dẫn nó qua A-tì Địa-ngục.

Kêu số thứ nhì họ Tần, ở huyện Hớn-dương, Tú-tài thi đậu tới Tấn-sĩ, làm quan Tri-phủ, phủ Thái-nguyên, ba năm mới thác. Phạm nầy khinh dể bực thiên-đình, không kể mạng người, trấn nhậm ba năm, ăn hối lộ tới mười mấy muôn trượng, không cần việc nước. Đời nay ngươi đặng thi đỗ làm quan, là vì kiếp trước là thầy chùa, có công dọn đường núi và đấp lẽ vài trăm tượng (vài ngàn thước mộc). Nào hay đời nay đổi lòng tới thế, mà phụ ơn Ngọc-đế ban thưởng ! »

Phán-quan đọc án rồi. Họ Tần tâu : « Tôi khi sống mê mụi không dè có việc Địa-phủ xử tội như vầy. Nay mới ăn năn tỉnh lại. Trong nhà tôi còn vài muôn lượng bạc. Nay thấy đền vua hư cũ, dưới thềm nhiều hồn đói rách. Tôi tình nguyện dưng hết bạc mà tu bổ đền vua, còn dư thì bố thí cho hồn đói mà đền tội chẳng biết ý vua định thể nào ? » Phán rằng : « Nay ngươi ăn năn đã muộn quá ! Đền Âm-phủ của trẫm, há dùng của vạy-vò mà tu bổ sao ? Còn ngạ-quỉ (ma đói) là tại chúng nó khi sống làm dữ nay phải chịu khổ, ai cầu bố thí cho nhọc công. Huống chi lúc ngươi còn sống, hay kiếm mưu nầy thế kia mà thâu của chờ nhiều, nào có thương ai đói mà bố thí. Phải chi ngươi làm phước cho sớm, thì đã tiêu hết tội rồi, đâu có ngày nay mắc án. Mà lại vài muôn lượng đó, có phải của ngươi sao ? Mười mấy năm trước, trẫm đã cho oan-gia đầu-thai làm bốn trai hai gái của ngươi, ngươi thác chưa đầy hai tháng, chúng nó theo điếm-đàng, bài bạc đã phá hết ráo sự sản rồi ; ít lâu đây con trai ngươi sẽ đi trộm cướp, con gái ngươi sẽ vào lầu-xanh, làm hư tiếng tông môn không tốt ! » Họ Tần nghe qua động lòng khóc ngất, tiếng rống ồ-ồ ! Quỉ-sứ lấy chùy đồng đập dùa, té xỉu tại đất Giây phút tỉnh hồn, bị dẫn qua Địa-ngục.

Phán-quan truyền dẫn hồn kế đó vào nữa, đọc án rằng : « Phạm hồn họ Triệu ở huyện Huỳnh-châu, trước làm thơ-lại (thơ-ký), sau lên chức huyện-thừa tại huyện Vỉnh-Bình mới chết. Hồi 18 tuổi làm dử rất nhiều Đến làm quan, ăn của chúng, hại mạng dân. Sai thâu thế kẹp khảo dân nghèo. Lo vừa ý quan trên, khắc bạc dân dưới. Đáng ghét hai khoản nầy : Đi xét án nhơn mạng, cứ theo tiền mà làm thiệt giả, nghĩa là lo bạc thì quả bị giết cũng gọi tự vận, không lo bạc thì tự vận cũng vu người giết. Còn xử điền thổ hề ai lo nhiều bạc thì đặng ruộng đất. Nên trong túi tham, đựng vài ngàn lượng vàng. Bởi cớ ấy, khi còn sống đã phạt tuyệt-tự, mà chưa hết tội. Nay trước nấu dầu mà rửa hờn cho dân, rồi sẽ cầm Địa-ngục A-tì, không đặng đầu-thai nữa.

Họ Triệu tâu : « Lời xưa nói : Vì nghèo mới làm quan. Như vậy ăn của dân cũng là phải. Nếu buộc sự ăn hối lộ mà làm tội, thì kẻ làm quan lấy chi mà nuôi gia-quyến và đãi quan-khách, của đâu mà đi lễ quan trên ? » Phán : « Như mình oan cho người, hoặc lấy lẽ ngay mà xử cho trúng phép công bình theo luật. Kẻ khỏi hàm-oan, người ngay khỏi bị hại, người cám ơn vì xử công minh, nếu chúng nó giàu có cám ơn. nên vui lòng mà cho tới bạc ngàn, mình cũng không lỗi. Chớ như không lợi ích cho người chút nào, lập thế bày mưu mà ăn của người, hoặc bó buộc kẻ ơn, ra giá sách-bức cho người phải lo, dầu ăn một đồng tiền cũng có tội. Khác nào binh vực kẻ vạy, làm cho ra ngay mà ăn tiền, thì oan ức người ngay lắm tội biết bao nhiêu. Ngươi nghĩ thử, những của ngươi ăn đó, có phải nghĩa công-bình chăng ? Người ta có vui lòng tình nguyện đến ơn cho ngươi chăng. Có đáng công ơn theo lẽ minh oan, tự nhiên mà người cho chăng ? Phải là kiếm cơ lập thế mà cướp của người chăng ? Ngươi còn già miệng mà chữa mình sao ? » Họ Triệu tâu : « Tôi có ăn chay vía tam-quan (là ba rằm lớn, tam nguơn ; rằm tháng giêng vía Thiên-quan, rằm tháng bảy vía Địa-quan, rằm tháng mười vía Thủy-quan) thiệt là trong ba vị tam-quan đại-đế bảo hộ. Nào hay bây giờ bị hoạn-nạn nầy, ba vị tam-quan đại-đế, sao chẳng đến mà cứu tôi ! » Phán rằng : « Lời nói dữ ấy, tội đáng bằng hai, lấy bàn tay sắt vả miệng nó mười cái ? Ba vị tam-quan đại-đế là Thiên-quan Địa-quan, Thủy-quan ba vị thần ngay thẳng, phò hộ người lành. Người làm lành, tuy chẳng ăn vía ba rằm lớn ngài cũng thêm phước, há bão hộ ngươi là bọn không nhơn nghĩa sao ? Nếu người làm lành mà ăn chay, thì chay ấy giúp thêm việc lành. Nếu làm dử mà ăn chay, là giới việc ăn chay mà làm dữ, sao dám nói hồ-đồ ? Truyền dẫn qua ngục ».

Phán quan đọc án kế : « Họ Châu ở huyện Đông-thành, qua ngụ đất Hớn-Khẩu, nổi lò thợ bạc, hay chế bạc thấp, bạc giả mà hại người mất tình nghĩa, hư thể diện ; làm tội nhiều đều. Trừ ra một tội đáng giết là : Một người buôn bán ở huyện Ky-thủy đem một trăm ba chục lượng bạc lọc có dư, mướn y nấu ra bạc chín (nghĩa là bạc mười, nấu ra bạc chín, chín chỉ bạc, pha một chỉ đồng) Nó lấy hết phân nửa bạc lọc, pha đồng phân nửa, nấu ra bạc năm. Kẻ buôn bán lắm, sau buôn bán nửa đường mới hay bạc năm, bị lỗ tức mình mà chết. Tuy ngươi ăn gian sáu chục lượng bạc lọc, bị thời khí uống thuốc đã hết tiền hết bạc, mà tội hỡi còn. Tra bộ trọn đời ngươi, không có đều lành mà trừ cấn ; nên truyền dẫn qua hỏa-thành (thành-lửa) mà thiêu trọn một tháng, cho người bớt tức. Rồi giam vào Địa-ngục, không đặng luân hồi ».

Phán quan đọc án kế : « Họ-Tiền, ở huyện Ma-thành, xóm Trịnh-gia, làm cai trong huyện ấy. Cả đời hay xúi chúng kiện thưa mà ăn chia của đem lo. Nó có xúi người cháu chồng, kiện thiếm dâu va thủ tiết, đoạt sự sản của thiếm dâu, mà ăn lo lót (ăn chia) hơn năm trăm lượng bạc. Tiết-phụ bị hiếp, tức mình phát bịnh mà chết ! Huống chi còn nhiều tội dữ khác, có lẽ nào mà đặng đầu thai, dẫn nó quằn lên núi đao mà trị tội ». Họ-Tiền tâu : « Tôi có cữ sát sanh sáu bảy năm, nhờ ơn vua dung chế ». Phán : « Ngươi đừng nói khào ! Đã biết cữ sát sanh là việc lành, sao ngươi biết tiết mạng vật, mà chẳng thương mạng người ? Ngươi thuở nay xúi kiện cáo, tranh đua việc phải quấy, hại chẳng biết mấy mạng. Cứu sống mạng vật mà giết chết mạng người, ấy là không phân góc ngọn lớn nhỏ. Thượng-đế có vì sự nhỏ mọn ấy, mà tha tội lớn hay sao ? Huống chi ngươi cữ sát sanh mà làm mặt tốt, mua danh lành, chớ không phải lương tâm chẳng nỡ. Song ngươi kêu nài lắm, trầm tha khỏi cầm ngục đao-sơn, cho được đầu-thai mà phải làm con nhà nghèo, mang hai tật câm và quáng, đi ăn mày trọn đời, nếu biết thân mà giữ bổn phận đền tội mãng đời, sau sẽ nghị lại ».

Phán quan đọc kế : « Họ Thơ ở phũ Thừa-Thiên, con chức Điền-sử, bổ làm thơ-lại (thơ-ký) tại phủ. Ba mươi tuổi mà chết. Hồi xuân xanh đánh bóng quến người, phá của chúng, hại mạng người, không biết bao nhiêu tuy tại chúng nó đắm sa, song cũng tại người tham của mà quến luyện ; không thế nào dung tội ngươi được.

Huống chi người trưởng-thành lại càng đắm sa tửu-sắc lấy vợ con người, chẳng biết bao nhiêu mà kể. Nếu nàng nào không thuận, thì lấy thế quan, mà vu họa hại người ! cho nên vào nhà nào, phụ-nữ cũng sợ oai mà chịu hiếp. Tội dâm ác thái quá, giết cũng chưa vừa, đáng giam vào trong địa ngục đao-kim ». Phán quan tâu : « Tên tội nầy có hiếu với mẹ lắm. Mẹ ngoài sáu mươi tuổi đau nặng. Y sắc thuốc nếm rồi mới dâng, đêm nằm không cổi dây-nịt. Vài tháng như vậy con mẹ bịnh ngặt, ăn không đặng, y cắt thịt bắp vế nấu cho mẹ uống đỡ nước cho bổ, sống rán vài ngày như vậy cũng nên rộng dung chút đỉnh ». Phán : « Thượng-đế tuy ghét tội dâm ác lắm, mà rất trọng con thảo. Bởi nó biết nuôi cha mẹ là hiếu, mà chẳng biết phải giữ mình mới trọn hiếu. Trẫm tha cầm ngục đao-kim, lại đặng luân-hồi, song làm điếm lầu-xanh mà đền tội dâm ác. Nếu sau biết ăn năn sẽ nghị lại ». Phán rồi cất điệp (giấy) cho vua Đông-nhạc mà đầu-thai.

Phán quan đọc kế : « Họ-Tôn ở huyện Võ-xương, 19 tuổi cải họ Trương đi lính hầu tại phủ. Đã hay bợ đỡ quan-phủ, lại thạo bua việc. Lớn mật dạn dĩ, gian hùng hẳn-hòi. Hầu việc các dinh, ông quan nào cũng bị y nói gạt hết. Đến nỗi mạng người sống thác, đều tại tay y ; việc phải quấy đặng thất, đều tại miệng nó. Sự dữ đã đầy, tội đếm không hết. Luận tội dương-gian khó thứ, luật hình âm phủ khôn dung, Mau dẫn qua Địa-ngục đao san ». Họ Tôn tâu : « Tôi có cúng năm chục lượng bạc mà thếp vàng cho phật tại chùa Báo-ân. Lại cúng bạc dầu thắp đèn lưu-ly bàn phật tới ba năm. Vã lại mỗi tháng mồng một và rằm tôi đều ăn chay, niệm phật Di-đà một ngàn câu ». Phán : « Đồ khốn nà ! Nếu làm dữ, sau biết ăn năn chừa lỗi, làm phước niệm phật, trời thì trời tha tội. Có đâu mượn tiếng cúng chùa niệm phật, mà làm dữ thẳng tay, phật Di-đà há giúp sức cho người làm dữ sao ? Ví dụ : Kẻ vì tửu-sắc sanh bịnh, uống thuốc bổ dưỡng lại. Nếu cữ tửu-sắc, thì uống mới hay. Nếu mê sa tửu-sắc như xưa, thuốc bổ sao cho lại tửu-sắc ? Lẽ nào thuốc giúp sức cho kẻ tửu-sắc nổi ? Dẫn nó qua ngục cho mau, đừng để cãi rán. »

Phán-quan đọc án kế : « Họ Ngô, ở huyện Huỳnh-cang, hồi nhỏ đi học, thi khoa tú-tài không đậu, học qua nghề viết đơn mướn ». Vua phán : « Xưa nay kẻ viết đơn thưa kiện, không có ai hiền lành bao giờ. » Họ Ngô tâu : « Tôi là kẻ đại thơ, cứ việc thế cho kẻ dốt, chớ không làm đều chi dữ. » Phán : « Kẻ bố-thí, chẳng phải tại của mà tại lòng ; kẻ chém giết, tội chẳng tại gươm mà tại ý. Người đã viết đơn kiện cáo, trong ý tính nói bó buộc cho gắt như muôn ngọn lửa cháy lan khó dụt. Nghiên mực độc hơn ao huyết, ngòi viết bén quá lưỡi gươm. Đặt một chữ, phá nhà người rất dễ ; sửa một nét, giết mạng chúng như chơi. Dưới lửa độc, đủ đồ roi kẹp ; trên tờ đơn, đều cửa ngục-hình. Sửa đi còn sửa cho hay, buộc trước lại buộc sau cho gắt ! Kẻ quã tang muốn bắt cho mau, người không tội quyết gài cho mắc. Có khi trợ tiên-cáo mà nói gian, gặp lúc binh bị-cáo mà hại tiên (nguyên-cáo). Nhiều lúc lời mà, làm bộ giết tiên mà hại bị. Lòng độc như yêu khôn độ, mưu sâu tợ quỉ khó dò. Kể sao cho xiết sự tội ác của người, mau dẫn qua mổ bụng rút ruột, hành cho đủ tam-đồ, rồi sẽ giam hoài nơi Địa-ngục. »

Phán-quan đọc án kế : « Họ Trần ở huyện Ky-thủy, bị án ăn trộm ». Vua xem án rồi, phán rằng : « Người may đặng làm người, sao theo trộm cướp ? » Họ Trần tâu : « Tôi hồi nhỏ thiếu ăn thiếu mặc, cha mẹ em út kêu đói như bộng, và lại năm thất mùa, lúa gạo mắc, xâu cao thuế nặng, cùng chẳng đả mới đi trộm cướp ! » Vua ngó Phán-quan mà phán rằng : « Người nầy tuy là ăn trộm, song nói cũng phải lẽ. Hãy tra bộ sổ cho kỉ, coi làm các án ra thế nào ? » Phán-quan tra bộ rồi tâu rằng : « Họ Trần có giựt đồ của kẻ buôn bán, đi ngan núi Mai-lảnh, tại huyện Ky-thủy. San bị bắt nguội, giải đến quan huyện họ Từ, vốn là người ở huyện Ngô, phủ Tô-châu, truyền y viết lời khai. Họ Trần viết bài thơ như vầy :

 Bất tu hiệp tát, bất tu xao,
 Nễ tỉ xuyên du, thuật tánh cao !
 Xa thủ, thủ nhơn can dữ nảo,
 Mẩn xang đồ thị sát nhơn đao !

THÍCH NÔM :

 Lựa là kẹp-khảo, lựa là tra,
 Chước nhiệm nhà ngươi, xão quá ta.
 Tay xá móc gan, rồi lấy huyết,
 Gươm đao đầy bụng mồ hằng hà.

Quan huyện họ Từ xem thơ, rồi nói với các thơ-lại rằng : « Chúng ta thiệt cũng như ăn cướp, còn muốn xử tội ăn cướp sao ? Các thơ-lại cai bếp quân lính đều đi bắt đầu nầy đầu kia, mà kiếm chác cho ta, thì cũng như bọn lâu-la kiếm của tang cho chủ trại ! chi bằng ăn năn cho sớm, lo tu nhơn tích đức mà nhờ thân sau, cho khỏi mắc đọa. » Các người nha-dịch đều bẩm rằng : « Chúng tôi đã tập quen thói dữ rồi, vả lại bị nuôi gia-quyến, khó nổi ăn năn chừa lỗi ! » Họ Trần nói : « Có khó chi ! Kẻ tu thân phải có can đảm trí huệ khác hơn người thường, cũng sẵn sước mạnh mẽ như lòng đứa ăn cướp, thì mới nên việc. Đứa trộm cướp dạn dĩ không sợ mới dám phá cửa mà giựt của người, dễ như trở tay, muốn làm sao thì làm làm vậy. Nếu quyết hồi tâm đi tu, thì cũng phải can-đởm sấn-sước như vậy, thì dữ nào mà bỏ không rồi, lành nào mà làm không đặng ! » Nói rồi ngâm bài kệ như vầy (nho kêu thi, phật kêu kệ) :

 Cang-đao bổn bất dẫn nhơn hung,
 Pháp-khánh bất hội giáo nhơn thiện.
 Cang-đao pháp khánh lưởng vô tình,
 Chỉ thử nhứt tâm phân lưởng nguyện,
 Hướng lai thất cước tự du-du,
 Kim nhựt hồi đầu giai chiến-chiến.
 Cải ác tùng thiện hữu hà nan,
 Tác đạo vi quan cư mạc luyện.

THÍCH THƠ NÔM :

 Gương-trừng há giục ngực người làm dử.
 Chuông tự nào khuyên thế ở lành ?
 Chuông kim vốn không hiền với độc,
 Tánh tình sẵn có trược cùng thanh,
 Xưa mê ngủ gục say vộ-độ,
 Nay tỉnh ăn-năn sợ thất thanh.

Chửa lỗi hồi tàm tu dễ quá,
Ăn lo, ăn cướp bỏ thì thành.

Khi ấy nội nha-môn : nhiều kẻ hồi tâm, từ chức đi tu mười mấy người. Phán : « Quả có công đức ấy, đủ chuộc tội trước : huống chi lấy của, chớ chưa hại mạng người, đáng giảm tội phân nửa. Đáng ghét tội gian dâm, vì no ấm có dư mà sanh sự. Phải suy phần đạo tặc, bởi đói nghèo không đủ mà liều thân. Sự cùng mà biến, tội cũng đáng dung. Tha tội họ Trần, cho giấy qua vua Đông-Nhạc, lãnh phần đầu-thai làm thầy chùa du-phương tại núi Thiên-thai. Nếu chịu khổ hạnh tu hành, sau sẽ siêu độ. »

—————

Phán-quan đọc án kế : « Họ Trần ở huyện Viên-Dương, tự hồi nhỏ hoang dàng, làm biếng, hũy của, làm cho cha mẹ đói lạnh cực khổ, ưu phiền sanh bịnh mà thác, vì con không cần kiệm mà dưỡng nuôi. Còn nó tới 49 tuổi cũng chết đói. » Phán : « Tuy ngươi không làm đều chi dữ lắm, nhưng mà làm biếng, lại ăn xài lớn. Xưa nay đứa trộm cướp, chẳng phải ham giết người lại đốt nhà làm chi, đều bởi làm biếng lại xài to, túng cùng mới biếng ra nghề ấy. Cho nên siêng làm và tiện tặn, thiệt cội rễ nên nhà, mà cũng là gốc trao mình sửa nết nửa. Kẻ có nhơn người quân-tử, ai cũng cần kiệm. Tại người không siêng làm, mà chẳng tiết kiệm, để cho cha mẹ đói lạnh mà thác. Như vậy không cần kiệm tuy là lỗi nhỏ, mà tội không nuôi cha mẹ là bất hiếu khó dung. Dẫn nó qua pháp-trường, mổ bụng lắc bao-tử và móc ruột mà trị tội xài lớn. Rút cho hết các sợi gân làm biếng, mà trị tội bất-cần. Nay cha nó đã đầu đầu-thai làm chức thơ-lại tại huyện Thường-châu, ở sau Tây-môn, cho nó đầu-thai làm heo của cha nó đặng bán lấy tiền mà tội bất hiếu đời trước. »

—————

Phán-quan đọc án kế : « Họ Khương ở châu-Hưng-quấc, là nhà giàu bất nhơn, năm mươi mốt tuổi, bị dân nghèo là họ Hồ giết. Họ Khương giàu lớn hơn nội châu ấy, vựa lúa mà bán cho các lái khắp nơi. Nội xứ chết đói vì trong năm thất mùa, họ Khương chẳng thí cho nhà nghèo một nắm lúa gạo. Khi ấy quan phủ quan huyện cho mời y bảo bố thí cho dân đói, y lo hối lộ cho khỏi bố thí. Đến nỗi bà con hoạn nạn chết đói, y cũng ngó tới ! » Phán : « Ngươi bình-sanh trọng tiền bạc chẳng hề cho ai vay mượn, lòng ở khắc bạc gắt gớm, độc hơn tội giết người, không thế nào dung đặng. » Tâu : « Tôi mới biết gắt gạo rít-róng mắc tội nơi luật trời. Xin vương-gia tha tôi về, đặng tôi cãi ác tùng thiện, xuất hết của tiền lúa gạo mà bố thí cho dân nghèo. Xin vua rộng lòng y tấu. » Phán : « Ngươi còn trong sống lại hay sao ? Kho lẫm trong nhà còn thuộc về của ngươi hay sao ? Con cái ngươi đều là oan-gia thiệt con đòi nợ chưa đầy một năm nó phá hết sự sản, không còn sót món nào ! » Khương nghe rõ khóc ròng, than rằng: « Tôi bấy lâu chắc lọt quyết lâu dài. Cùng chẳng đả xuất một đồng điếu mua củi, hoặc mua rau (cải) cũng tiếc lắm. Ai dè con là tội báo cừu-nhơn, đầu-thai vào mà phá hết sự sản, tức biết chừng nào ! » Phán : « Cái tội gắt gốm, cũng như tham gian. Trước giam theo nga-quỉ, bỏ đói cho lâu. Sau sẻ cho đầu thai làm ăn mày, chịu đói rách mà đền tội bỏ đẩy buộc chặc. »

Phán-quan đọc án kế : « Họ Doãn ở huyện Qui-đức, làm thầy thuốc mập-mở, bốt than phạm chết và nam và nữ cọng mười một mạng. Tánh hảo ăn thịt trâu lắm, bữa nào cũng có thịt trâu mới chịu cầm đủa, tội ấy cũng nhiều. Tuy trốn khỏi tội Dương-gian, chớ lánh sao cho khỏi luật Âm-phủ. » Phán : « Phạt nó đầu-thai làm trâu mười một kiếp, mà trừ tội phạm thuốc mười một người. »

Phán-quan đọc án kế : « Họ Lý ở huyện Thần-châu ròng nghề làm mai làm mối. Miễn có tiền mướn mà ăn, thì quyến dụ, gạt con gái nhà lành, ở đợ, làm bé, mà chẳng động lòng thương. Đến nỗi làm mai con nít cho ông già, cột mối bà già cho trai nhỏ ; bọn ấy không vừa ý, tức mình phát bịnh mà chết hết bảy người, vì không thể sanh đẻ nối đời đặng. » Phán : « Bởi tội y nói xảo, mà rù quến gạt người, nên bị án nặng. Truyền cắt lưỡi bẻ răng, bỏ xuống hầm đời đời, cho oan hồn bớt tức. »

Phán-quan đọc án kế : « Họ Phùng ở huyện Miễn-dương, lên tá-điền, năm nào cũng giấu bớt lúa, mà đong chút đỉnh. Nếu năm nào trúng mùa, thì đem lúa ngâm nước một đêm mới đong lúa ruộng. Chủ điền tức mình, lấy ruộng lại cho người khác mướn, nó cũng thầy kiện không chịu giao. Nếu làm ra lẽ, để cho người khác mần, thì tới khi gieo mạ, giống lúa sớm, nó lén vãi lúa muộn vào, hoặc lúa muộn, nó vãi lén lúa sớm vào, lộn lạo cho thất mùa phải bỏ cho nó mướn. Tội hung dử ngang ngược thái quá không khải tầm thường. Đáng phạt đầu-thai làm đứa ăn mày bại xụi, mà đền tội ngang tàn kiếp trước. »

Họ Phùng tâu : « Tôi có thấy chỉ dụ của vương-gia. Phàm dân làm ruộng rẫy, đều cần kiệm cực nhọc, dầu có tội nhỏ mọn đều cũng rộng dung. Vậy xin vương-gia ân xá. » Phán : « Kẻ lo làm ruộng, tay chưn mỏi nhọc không hở, ăn uống cực khổ, có dư ra thì bán cho đời, thiên hạ đều nhờ công lao kẻ làm ruộng. Vậy mới có công với đời nên thứ lỗi nhỏ. Có đâu tham gian độc dữ như ngươi, đừng có nói nhiều chuyện, quỉ sứ dẫn đi giải cho mau ? »

Phán-quan đọc án kế : « Họ Uông ở huyện Thang-âm, cha nó ăn chay làm lành, nó chẳng nghe lời cha dạy. Cả đời làm nghề đánh cá, mỗi ngày bắt cá chạch, lươn, tôm, trạnh (cua-đinh), không biết bao nhiêu mà kể. Cha nó có quở la, thì nó cự và mắng tại như ăn cơm bữa. Song nó có hiếu với mẹ lắm, mẹ nó đau, thì lo chạy thang thuốc, nuôi dưỡng hết lòng. Bởi cớ ấy, nên Táo-quân có tâu với Thượng-đế cho trừ án nặng. Vua ngó Phán-quan mà phán rằng : « Tên nầy trái lòng nhơn của Thượng-đế, vì lòng trời muốn người vật sanh ra cho nhiều, không muốn giết hại. » Rồi day lại, phán quở rằng : « Loài cá trạnh cừu oán chi với ngươi, nếu có việc chi phải lẽ như là cúng ông bà, nuôi cha mẹ, cũng chẳng đã bắt đỡ mà dùng. Vậy nên đức thánh Khổng-tử, câu mà chẳng lưới, cũng là thế theo lòng nhơn của trời. Nếu chài lưới đánh như ngươi, mà nhiều người làm như vậy, thì không còn sót tôm cá lươn trạnh. Nếu tính mỗi mạng vật, cho ngươi đầu thai mà thường mạng, thì một muôn đời cũng chẳng dức nợ oan trái ấy. Lại thêm mắng cha, tội lớn thấu trời, mau dẫn qua Địa-ngục. » Phán-quan tâu : « Vương-gia thường trọng chữ hiếu, tên nầy con mẹ bịnh, nuôi dưỡng lo chạy hết lòng, khi mẹ liệt, nó lóc thịt bắp vế mà nấu cháu cho mẹ nó ăn bổ cầm hơi, cũng nên trừ cấn. » Phán : « Bất hiếu với cha, mà chỉ hiếu với mẹ, trẫm cũng rộng lượng cho trừ. Tính một tội đánh cá, cho đầu thai làm một đứa hung hoang, hai mươi tuổi bị quan xử trảm. »

Phán-quan đọc án kế : « Họ Trần ở huyện Hớn-trấn, lòng xảo trá mưu kế không lo nghề nghiệp làm ăn. Hằng ngày rủ ren con em nhà lương-thiện đánh bài bạc mà lấy xâu và ăn gian ăn lận nữa, đến nỗi nhiều người tán gia bại sản, mà thói dữ cũng không chừa. Lại lập thế bắt con gái nhà nghèo làm hầu thiếp (như lập thế tiền trái hậu mải). Hai tội nhập một nặng nề. » Vua phán : « Nghề bài bạc hại người độc hơn nước lửa trộm cướp. Nếu bị thua quá, thì phải bỏ nghề nghiệp, đổi lòng ngay, gái trai cũng hư danh thất tiết, tới nỗi tán gia sản, liều thân mạng. Ngươi tai mắt không thiếu, đủ tay đủ chưn, sao không học nghề nghiệp làm ăn ngay thẳng, mà chỉ độ cho qua ngày. Trên làm tên dân không phạm luật triều-đình, dưới làm người phải, khỏi nhơ danh tổ-phụ. Nghỉ nào dùng tai mắt mà làm quấy, lo mưu kế mà gạt người. Cái thân hữu dụng, làm tội vô cùng. Khác nào : như ăn thịt người cho no bụng, phá nhà chúng đặng vui lòng. Cho hay : quỉ thần giận ghét tội không dung, trời đất xây vần oan phải trả. Tuy phạt người tuyệt tự, trừ mưu bắt chúng mà làm hầu. Chớ tội chứa cờ bạc, không thế nào trừ đặng. Quỉ sứ chặt mười ngón, và hai tay, rồi mổ bụng móc tim rút ruột. Rốt lại cầm hoài nơi Địa-ngục, không đặng đầu-thai. » Họ Trần tâu : « Tôi tối dạ đi học không nên, lập bài bạc kiếm tiền dễ lắm. Lỡ vào nghề đó, sanh gian sanh lận. Song ăn thì dùa, thua thì trả, hai bên tình nguyện như nhau. Chớ tôi không giựt của, xin Vương-gia dung thứ : » Phán rằng : « Rủ ren kẻ thiệt thà, ăn gian ăn lận, dầu anh em cũng quyết lột da, huống bằng-hữu mà cũng mổ mật. Khiến người mất của, ngươi mới đẹp lòng. Ai dại gì tình nguyện đem của mà cho ngươi, cũng tại ngươi lập thế thừa mà đánh ngoài chuốc ngọt nói lời ngon ngọt, làm như thiết nghĩa ruột rà, nào là đãi ăn, nào phục rượu, nào là đem nữ-sắc mà quyến luyến cho mẹ sa. Ấy là trăm mưu ngàn kế mà gạt người, tội ác dường nầy mà bộ luật dung tha sao cho đặng ? Quỉ-sứ cứ việc dẫn nó đi. »

Phán-quan đọc án kế : « Họ Lý ở huyện Hoành-dương, đi lính-tập theo quan Du-kích. Còn họ Du, huyện Huỳnh-mai, cũng đi lính-tập theo sở cầm cờ đánh trống. Còn họ Thang cũng ở huyện Huỳnh-mai, là lính pháo-thủ của quan đề-đốc họ Lý tự Giang-tư. Ba tên ấy đều có đánh giặc. » Vua phán rằng : « Quân lính trong đội ngủ chinh chiến, tay cầm gươm súng, lòng tập hung hăng, thắng trận thì bắt vợ con người ta, thậm chí ăn thịt người nửa. Tội ấy chẳng hèn, đồng quân lên ngục Đao-sơn cho đáng kiếp. » Phán quan tâu rằng : « Họ Thang lúc phá thành Dương-châu, bắt đặng ba người mà chẳng giết. Bắt đặng hai người đàn bà mà chẳng động tới, đều trả lại cho chồng : 2 người chồng đền ơn bạc tiền, y cũng không chịu lấy. Hai khoản ấy phước phần chẳng nhỏ. Huống chi mỗi tháng ngày rằm với mồng một, ăn chay tụng bảy biến kinh Cao-vương. » Phán : « Có công đức như vậy, trẫm cũng đáng kính đáng khen, cấp điệp cho họ Thang, qua vua Đông-nhạc, mà đầu thai làm chức quan văn thất-phẩm, sống bảy mươi chín tuổi, không bịnh mà mãn phần, con cháu hai đời đều đặng công danh vinh-hiển. Còn hai hồn lính kia, xử y án trước. »

Phán-quan đọc án kế : « Nàng Tiền-mẫu-Nương ở huyện Gia-ngư, ghen dữ và ngỗ-nghịch với cha mẹ chồng.» Vua phán :« Nội một bất hiếu với cha mẹ chồng, cũng đáng cầm ngục A-ti, còn luận lành dữ nó làm chi nửa. » Nàng Mẫn-Nương tâu : « Tôi không dám bất hiếu với cha mẹ chồng, mà tôi còn ăn chay bố-thí nhiều lắm. » Phán : « Dầu ăn chay bố-thí như vậy, cũng chuộc không nổi tội bất hiếu với cha mẹ chồng. Song nghỉ ngươi ăn chay bố-thí, nên tha tội xay giã mà thôi, giải qua giam vào Địa-ngục, không đặng đầu thai mà răn những nàng dâu ngỗ nghịch. »

Phán-quan đọc án kế : « Nàng Châu-tú-Nương, ở phủ Thừa-thiên, có chồng mà lấy trai, ấy là tội nặng. Lại thêm hại một mạng mọi gái. » Phán : « Đàn-bà có đức chính-chuyên một chồng. Tánh nết phụ-nữ, phải hiền hậu hòa lành, mới phải đàn-bà đức-hạnh. Người là con khốn, không biết xấu hổ, không giữ chính-chuyên, lấy trai lang-chạ ; là bởi ham ăn làm biếng, không lo việc nữ-công, ăn no ở không, mơ tưởng việc dâm-dục, tham ăn thịt, mê uống rượu, lại đánh bóng trang điểm, bán dạn thuyền-quyên, làm cho trai dê mê mẫn mang tiếng xấu danh nhơ. Mi đã thất tiết xấu xa, hại chồng mi mang nhục hư thể-diện của mẹ tông môn của mi, không cần con cháu hổ thẹn. Tuy đội lốt người, mà khác nào súc-vật. Lại còn độc ác, hại mạng mọi gái. Sao không biết xét, mọi gái cũng có cha mẹ sanh thành, bởi kiếp trước nó không tu, nên đời nay hèn hạ, mi nết xấu cũng là đứa hèn, mà được sai khiến đứa hèn, cũng là quá phép. Nỡ nào không có lương-tâm, mà đành đoạn hại mạng nó ? Mau nấu dầu mà trị tội lấy trai và cho hồn oan con mọi hết tức. Rồi cầm hoài Địa-ngục không đặng đầu-thai. »

Phán-quan đọc án kế : « Nàng Thánh-sửu-Nương huyện Thang-âm hay xúi chị em bạn dâu lối xóm rầy lộn, hại con gái xóm ấy, hàm oan tức mình thắt họng mà chết. Lại hay bảo mấy nàng thủ tiết lấy chồng. Để con gái năm lần, đều trấn nước chết hết. » Phán : « Hại một người dưng, thì thường mạng một kiếp. Nếu hại một mạng ruột thịt, phải thường mạng hai kiếp. Truyền qui-sứ dẫn hồn con ma thắt họng, và năm con ma-gia nhỏ, kéo nó xuống ao nước, cho bớt giận một hồi. Rồi bắt lên cắt lưỡi mổ bụng móc ruột, không cho đầu-thai, cầm hoài nơi Địa-ngục, mà trừ cái tội khuyên tiết-phụ cải giá và xúi chúng rầy ra. » Sửu-Nương tâu : « Chẳng phải tôi ham khuyên cải giá làm chi. Bởi thấy chúng nó còn tơ mà nghèo khổ, lại không con, thủ-tiết ích gì, chỉ bằng cải giá cho qua ngày : Ấy là lòng tốt của tôi. » Phán rằng : « Ác-phụ không biết phải quấy ! Đàn bà may rủi một đời, nếu chồng thác, thì phải thủ-tiết, Thượng-đế càng kính vì tiết-phụ. Dầu có chết đói, ngàn muôn năm cũng ngợi danh thơm. Nếu muốn tái-tiệu, ngươi cũng phải cản trở, mới là lòng tốt. Sao bảo nó cải giá, làm cho nó mang tiếng thất tiết trọn đời. Ngươi đừng cải sước nửa ! Mau giải đi hành tội. »

Phán-quan đọc án kế : « Lý-khải-Nương là con đày-tớ nhà họ Mề. Làm đổ gạo cơm trong bếp, dính trên miệng lò, hủy-hoại của trời hơn mấy năm, kể chẳng xiết (là đổ đồ ăn). Hay ăn vụng ăn cắp của chủ, mà đổ thừa cho người, hại con đày-tớ khác phải đòn. Hay lấy bậy và dắc trai vào nhà, tư tình với chủ gái ; tội ấy đã nhiều. Lại hay cãi giá, tính đã ba đời chồng, tội nặng quá lẻ. » Phán : « Ngươi kiếp trước làm nhiều đều dữ, nên phạt ngươi làm tôi mọi, Sao không biết xét, tuy là người mà làm mọi, cũng như ngạ-quỉ súc-sanh bị cầm Địa-ngục, ba đều khổ ấy, bởi còn chưa biết ăn năn, tu mà nhờ kiếp khác. » Phán-quan tâu : « Mọi gái cũng con người, sao gồm ngạ-quỉ súc-sanh địa-ngục ? » Phán : « Tôi mọi ăn uống không đặng tử tế khác nào ma đói. Không ai lễ mà đải, nào khác súc-sanh. Không được có chồng sanh con, thường bị cầm cố khác nào cầm ngục. Nay không chừa lỗi, còn xử thêm cách nào, phải hành cho đủ tam-đồ mới đáng, không đặng đầu-thai. »

Phán-quan đọc án kế : « Nàng Lưu-thất-Nương ở huyện Quế-lâm, bốn mươi tuổi mà không con, tánh đa dâm và ghen lắm ! Chồng muốn cưới thiếp, Thất-Nương không cho. Chồng lén cưới vợ bé, gởi lối xóm. Thất-Nương hay tin, bắt vợ bé đặng, lấy bàn ủi, ủi phỏng mình, lở thúi mà chết ! » Phán : « Cấm chồng cưới thiếp, cho tuyệt sự thờ mình, lợi ích chi đó. » Huống chi hành hình cách thảm mà giết người, chắc dương không đặng. » Thất-Nương tâu : « Đờn-ông không con, cho phép cưới thiếp. Còn đờn bà không con, chẳng cho cải giá, việc ấy mất công bình thiệt xử hiếp tôi lắm. » Phán : « Loài súc-sanh không biết hổ ngươi bấy còn cải rán ! Buông lời nói hư phong hóa, không biết hồi sống mi kềm chế chồng mi ra thể nào ? Tánh đa dâm ghen tương như mi, đáng phạt đầu-thai làm con điếm, ba mươi tuổi mắc ghẻ độc thúi lây cả thân mình, bỏ thây dọc đường, chó heo ăn thịt cho bõ ghét. »

Phán-quan đọc án kế : « Tào-thị là gái xằng, ở huyện Ngô-giang, kế thất họ Chử ở quận Trường-sa. Họ Chử thác sớm, Tào-thị khắc khổ con ghẻ trăm bề. Các việc ăn mặc đều thua con chung. Tới lúc tương phân, thì chia phần hơn phần tốt cho con mình. Lại khắc khổ dâu ghẻ, tới nỗi tức tối sanh bịnh mà chết ! » Phán : « Con ghẻ thờ mẹ ghẻ có hiếu, cũng như thờ mẹ đẻ một thể. Sao mẹ ghẻ khắc khổ con ghẻ dâu ghẻ đến thế, thiệt là lòng như cầm-thú, đáng đầu-thai làm súc-vật mới xứng tội. » Phán-quan tâu : « Tào-thị đến già lòng thành niệm phật và ăn chay cữ sát sanh ba năm, ăn năn đền tội, cầu siêu độ phần hồn. » Phán : « Vậy thì khỏi đầu-thai làm súc-vật, song phải luân-hồi làm tôi mọi con dâu ghẻ, mà đền tội trọn đời. »

Phán-quan đọc án kế : « Mười lăm vị Hòa-thượng phạm tội dữ. » Vua phán : « Các sải xuất-gia đi tu, lẽ thì thành phật làm tổ, cớ nào đeo đính-bài tội dữ ? » Mười lăm hòa-thượng tâu : « Nhờ vương-gia từ bi dung thứ. » Phán rằng : « Các sải có hay tờ điệp của phật Thích-ca mới gởi đến đây chăng ? » Đồng tâu : « Chúng tôi chưa hay. » Vua giở điệp văn đọc lớn rằng : « Chùa chiền đời nay đã biến hư lắm, mối đạo phật lưu truyền đã mòn rồi, như ngọn đèn gần tắt. Các sải tuy tiếng đi tu, thiệt nhiều người dối tệ. Trong một ngàn Hòa-thượng, lựa đặng chừng một hai người xứng đáng, không hổ thẹn mà thôi ! Cõi Âm-phủ phải tra xét cho hẳn hòi, đừng lầm các sải dối thế. » Đọc rồi phán rằng : « Các-sải có thấy đều luật của các sải tại cửa nầy chăng : » Đồng tâu : « Chưa thấy. » Phán rằng : « Để trẫm giảng các tội án trong điều lệ tu hành cho mà nghe ». Các sải tuy đi tu, mà trong lòng khác nhau hết : Có kẻ cự nghịch với cha mẹ, giận lẫy mà đi tu, là tội bất hiếu lớn thứ nhứt, còn nói làm chi ! Có kẻ giận anh em vợ con mà đi tu ». Có kẻ bị cách xấu, mắc cỡ mà đi tu. Có kẻ quyết trốn xâu lậu thuế, vì đói rách mà đi tu. Có kẻ mê cảnh chùa tốt mà đi tu. Có kẻ mê mấy sải nhỏ có bóng sắc muốn nhập vào cặp xách mà đi tu. Có kẻ ham làm chức Hòa-thượng sang trọng mà đi tu. Có kẻ mồ côi không ai nuôi, mà đi tu. Có kẻ vô hậu không ai hoạn dưỡng mà đi tu. Có kẻ ngán cuộc đời là cuộc giả, mộ đạo phật mà siêu độ linh-hồn mà đi tu. Các sải đi tu về cớ nào, thì khai thiệt

Các Hòa thượng đồng tâu : « Xin vương gia từ-bi thầm xét : thiệt chúng tôi ngán việc đời, nên xuất gia đầu phật, mà cầu siêu độ linh-hồn, chớ không y chi khác ». Phán : « Các sải đời nào xưng tội, mấy thuở chịu khai ! » Truyền chỉ Phán-quan dẫn các sải đến đài Nguyệt-cảnh mà chiếu thử. Nguyên tại nhứt-điện là cửa đền thứ nhứt ; vua Tần-quảng có lập cái đài Nghiệt cảnh phía bên hửu cái diện chánh. Đài ấy cao mười một thước, trên đài có treo cái mặt kiến Nguyệt-cảnh lớn mười ôm mới giáp vòng bề tròn, treo chiếu qua hướng đông, trên giá treo mặt kiến ấy có đề bảy chữ rằng :

Nghiệt-cảnh đài tiền vô hảo nhân,

Thích nôm : *Trước đài Nghiệt-cảnh không người lành.*

Các hồn chối án, thì quí sứ dẫn lên đài, mà ngó vỏ mặt kiến, thì thấy hiện nguyên bình tự nhỏ tới chết, làm những việc chi đều ứng hiện hình thù như bắt bóng, đủ lớp nhỏ lại nên chối không đặng. Vua Tần-quảng mới y luật mà xử, hoặc giải qua chín cửa đền khác vân vân ». (8 cửa có ngục mà thôi).

Khi ấy các sải, từ người soi kiến đủ mặt rồi, coi lại không có thầy nào chơn tu mộ đạo cho thiệt tình ! Coi ra ba sải ăn mặn uống rượu. Một sải tà dâm, hầm hiếp. Bốn sãi mê các đạo nhỏ thanh sắc. Bốn sãi tham bạc, ăn gian của chùa. Trừ ra có ba sải, cứ sớm tối tụng kinh công-phu, cất chùa, lên cốt phật, lo làm công quả trong chùa, chớ không thông mùi đạo. Vua cười ngất phán rằng : « Hèn chi đức Thế-tôn quở trách các ngươi làm hư trong đạo phật ! » Liền phạt một sãi gian-dâm với bốn sãi mê đạo-chúng thanh sắc, cọng một bọn tà-dâm năm sải, đồng giam vào ngục Tăng-nho mới lập, không đặng luân-hồi. Còn bốn sải rượu thịt, đầu-thai làm heo ba kiếp ăn cám hèm cho đã. Lại còn bốn sải ăn gian của chùa, phạt làm lừa ba đời, chở đồ đi xa mà đền ơn cho các chủ bố-thí. (Tại tham của, nên cho chở đồ nhiều mới toại chí !) Trừ ra ba sải thiệt thà, tuy quyết chí đi tu, mà chưa thông đạo vị, nên cho đầu-thai làm thầy chùa mà đi tu nữa ; nên siêng tu hành rỏ thấy ba bực thì cũng được khỏi đọa. Đều giải qua vua Đông-Nhạc đi lại vua thú mười (Chuyển-luân-vương) đầu-thai.

Phán-quan đọc án kế : « Họ Gia ở huyện Vân-Mộng, đưa đò dọc sông Bà-Dương. Tháng chạp năm Nhâm thân, lén giết một người bộ hành, lấy đặng ba mươi lăm lượng. Bị chúng cáo, quan tra không đủ cớ tha về. Sau mang bịnh nghèo khổ, đi ăn mày. Tới 38 tuổi, biết tội trước mới đi tu. Cứu trùn, kiến, nhiều lắm, lượm giấy chữ cũng nhiều. Ăn chay làm lành, thường bửa tụng kinh niệm phật. Tu hai mươi năm như vậy, mà cầu tiêu tội sát nhơn, và nhờ phước kiếp sau. » Phán : « May ngươi ăn chay làm lành, niệm phật tụng kinh sám-hối (ăn năn cầu tiêu tội). Huốn chi đã phạt làm ăn mày, lay đọa đến kiếp, nên trừ tội giết người mà lấy của. » Họ Gia tâu : « Tôi trước đại phạm tội, sau ăn năn tu hành. Xin vương-gia xét lẽ cho tôi nhờ. » Phán : « Ngươi hảy đứng một bên, đợi trầm xử án khác rồi sẽ định. »

Phán-quan đọc án kế : « Họ Lâm ở huyện Bành-Thạch, ông cha có làm phước giúp người. Còn, họ Lâm kiếp trước là thầy tu, ăn chay bố thí 545 đôi giày rơm, trời lạnh bố thí cộng 65 chiếc chiếu. Nên đời nay 23 tuổi mà thi đỗ cử-nhơn, đậu rồi không giữ lòng lành. Tư tình với Kim-thục-Cô là gái ở một xóm rồi bỏ, nàng ấy tức mình thắt họng mà chết. Vã lại nết tham, lãnh việc kiện mướn, đem mối kiện thưa. Ra vào chốn nha-môn, lo lót cho chúng, bởi cớ ấy, giụt được vài trăm mẫu ruộng trong làng. Ăn thập trai chưa đặng một tháng rồi ngã. Lại nói : « Dầu ngã mà kiếp sau làm ăn mày cũng chịu. Quan-âm. Chuẩn-đề đã phú Táo-quân dưng sớ tâu trên Ngọc-đế phán : « Bỏ lệ chay kỳ là phạm luật phật, nên phạt tội. » Vua phán : « Ngươi nhờ đức tổ-phụ và kiếp trước có tu nay thi đỗ cử-nhơn đáng lẻ tu thêm phước đức. Nào hay mê mụi, lung lăng làm dử, lại nói ngã chay, nguyện làm ăn mày. Đáng lẻ cho hành đủ tam-đồ. Song nghỉ ngươi thờ Quan-đế với thờ Quan-âm, hết lòng thành kỉnh, nên tha xử trảm, cho đặng luân-hồi, thay hồn đổi xác, nhập vô thầy ăn mày là họ Gia y theo lời nguyện. Con Kim-thục-Cô đã đầu-thai rồi làm con mọi xóm đồng. Ngày kia người đi xin cơm tại nhà chủ nó, cho nó đánh chết ngươi mà thường mạng thắt cổ hồi đó. Còn hồn họ Gia (coi án trước) nhập vào xác họ Lâm đặng làm cử-nhơn, sống hưởng phước tới bảy mươi tuổi. »

Phán-quan xướng danh rằng : « Tội hồn họ Hàng mười bốn tuổi. » Phán rằng : « Thằng nhỏ nầy, làm những tội chi ? » Phán-quan tâu : Thằng nầy tuy còn nhỏ, mà chưởi cha mắng mẹ hoài hoài. Tội hồn ấy là tại cha mẹ nó cưng quá, nên nó quen nết hỗn hào, mang tội bất hiếu thấu trời. Khi nó đi học đạp giấy chữ tinh tới 37.500 chữ có dư. Thường khi nó ăn cơm còn dư, đem đỗ chỗ nhơ-uế nửa. » Phán : « Con nít không biết gì, ấy tại cha mẹ nó mà hư, thương là hại nó. Đã phạm luật trời, không lẻ dung đặng. Quỉ Dạ-xa giải nó qua thành lửa mà đốt, không đặng đầu-thai. »

Phán-quan đọc án kế : « Họ Châu ở huyện Tiêu-tương, làm hàng trâu bò. Họ Thẩm ở huyện Thạch-thủ làm hàng chó. Họ Dương ở huyện Gia-ngư, làm hàng heo. » Phán : « Ba tên làm hàng nầy, đáng quăng vào Đao-sơn địa-ngục. » Họ Dương khóc và tâu rằng : « Tôi có ăn chay ba năm, theo kinh Huyết-hồn. Vả lại làm hàng heo, nhẹ tội hơn hàng trâu bò và hàng chó. Xin vương-gia xét lẻ cho tôi nhờ. » Phán : « Ngươi ăn chay theo kinh Huyết-hồn mà cầu cho ai ? Tâu : Tôi cầu cho mẹ tiểu tội. » Phán : « Tuy theo kinh ấy là phi-lý, huyễn-hoặc, mà lòng có hiếu đáng khen. Song ngươi có hiếu với mẹ, sao không bắt chước lòng nhơn của trời ưa sống, mà làm heo ? » Tâu : « Xin vương-gia xét lại, bởi cha tôi bảo nên phải làm. Vã lại heo là thú người hoạn dưỡng mà ăn thịt, không công lao với đời. Huống chi làm hàng heo chẳng ít, ăn thịt heo lại nhiều, xin vương-gia rộng lượng. » Phán : « Ngươi ăn chay theo kinh Huyết-hồn, mà có tụng chăng ? » Tâu : « Có tụng. » Phán : « Người sau bày đặt kinh Huyết-hồn, chớ không phải của tiên-phật đặt. Phải chi ngươi tụng Kim-Cang, chẳng những hồn mẹ ngươi tiêu tội, vong hồn ba đời cũng được nhờ. Ngươi có hiếu tụng kinh, trẫm trừ tội làm hàng heo, cho qua Đông-nhạc đầu-thai làm con trai mần ăn. Con hàng trâu bò và hàng chó lại đây. Trâu bò cày ruộng mới có lúa cho đời, chó giữ nhà mới còn đồ cho chủ. Chúng nó đều có công với đời, ngươi giết vật có công không thể nào tha tội. Phán-quan tra thử chúng nó giết bao nhiêu chó bao nhiêu trâu bò cày ruộng ? » Phán-quan tra bộ rồi tâu : « Họ Châu làm hàng 72 con trâu. Họ Thẩm làm hàng hết 18ả con chó. » Phán : « Hàng trâu đầu-thai làm trâu 72 kiếp, hàng chó đầu-thai làm chó 187 kiếp, thường mạng cho đủ số, rồi giam vào ngục Ngạ-quỉ (ma đói) không đặng đầu thai. » ________________

Phán-quan đọc án kế : « Họ Vưu ở huyện Thạch-thũ, mới học làm thầy địa-lý. Họ Hà ở huyện Võ-lăng, làm thầy coi số và coi tướng. » Phán : « Thầy địa-lý mập-mờ chỉ xấu là tốt, gọi tốt là xấu, làm sái địa-lý. Còn coi số coi tướng, nếu coi không thấu, cũng đoán họa phước không nhằm mà khoe thiên-văn. Coi số coi tướng có sái cũng không đến nỗi hại người, mà phải mắc tội nơi trời. Còn thầy địa-lý lôi thôi, tuy không mắc tội nơi trời mà làm thiệt cho người, là đời đổi tốn hao lại làm sái động địa cho người mắc họa, hoặc hư nhà hại mạng, tuyệt tự mới là tội lớn, chớ gạt người mà ăn tiền là tội nhỏ. Như vậy phải tính nó làm hại bao nhiêu nhà, thì bắt nó đầu-thai làm súc vật mà thường bồi cho đủ số, rồi sẽ cầm hoài nơi ngục A-tì. Còn thầy coi số coi tướng, quen thói nói lùa, gạt chúng mà ăn tiền, sau lưng người lại giận cho ít tiền mà mắng lén. Chẳng hề dạy ai làm lành cho khỏi họa mà đặng phước. Phạt nó đầu-thai làm thằng câm mà đi ăn mày, tới ba mươi tuổi chịu lạnh và chết đói. Rồi sẽ nghị lại ».

Phán quan đọc án kế : « Bảy tên học-trò phạm tội tên thứ nhứt là họ Văn ở huyện Bành-trạch... » Phán rằng : « Bảy tên phạm đồng lên đây. Trẫm coi các ngươi đều là ăn học hồi nhỏ, lo thi đậu mà hưởng sang giàu, song có hiểu chút đỉnh đạo lý thánh hiền chăng ? » Các trò tâu : « Cha mẹ với anh tôi, dạy chúng tôi hồi bé, lo học mà đi thi, trông thi đỗ cho vinh-hiển, ở nhà tốt, sắm đất ruộng cho nhiều. Thầy chúng tôi cũng dạy cách ấy mà thôi, nên chúng tôi không thông đạo-lý thánh-hiền ». Phán : « Trẫm nghĩ các ngươi đều có căn trước, thiệt là rất may

Thứ nhứt may đặng làm trai. Thứ nhì may không tàn tật. Thứ-ba may đặng tánh thông minh. Thứ tư may đặng khóa đậu vào trường chánh. Đặng bốn điều may ấy mà quên căn tu kiếp trước. Sao chẳng nghỉ đã đứng vào nghề sĩ, là hơn nghề nông nghề công, nghề thương. Bởi nghề nông rán sức làm ruộng rẫy, thức khuya dậy sớm cực khổ, tay chưn chẳng rảnh ăn uống rồi, còn dư bao nhiêu thì bán cho người ăn, ai ăn hột cơm của nhà nông, đều là nhờ nông phu đổ mồ-hôi xót con mắt, mới có của ấy. Còn nghề công làm ra các đồ khí dụng mà bán cho người thiên hạ đều nhờ cã. Còn nghề thương xuống biển lên nguồn chở chuyên hàng hóa, mà bán cho người dùng, khỏi thiếu. Như vậy ba nghề ấy đều có công với người. Còn các ngươi chiếm nghề đứng đầu là nhứt sĩ, có công chi với đời chăng ? Các ngươi hiểu nghĩa lý chử nhu là thể nào chăng ? Bởi chử nhơn với chử nhu, bởi người người phải cầu nhứt sĩ mà nhờ. Song người cầu mà nhờ các ngươi sự gì ? Có ích cho đời việc chi ? Té ra các người mỗi ngày làm hao của trời đất, xài tiền bạc hàng vải của triều-đình. Biết các việc chơi bời ; khải đờn đánh cờ, làm thơ uống rượu. Ăn bận cho nhũn-nha, dạo chơi cho khoái lạc. Lại còn ra vào chốn nha-môn, lảnh phần lo lót, hăm nộ làng xóm, ngay sửa ra vạy, vạy sửa ra ngay, làm mất lẽ công bình, các độc ác hại đời kể chẳng xiết ! Nếu thời may thi đỗ làm quan, đặng quyền cai-trị, thì thừa dịp ỷ thế, cho đầy túi tham. Mượn cái oai triều-đình, trổ cái tài chủ trại ! Trên dối chúa dưới trị dân. Chúa thánh ban ơn rộng bị ăn gian nên lễ thứ hết nhờ, Dân nghèo chịu thế xâu, vì hà-lạm nên triều-đình, thiếu dụng. Trăm mưu ngàn kế cho nhà mập thây chớ không lo bày việc lợi dân, mà sửa phong tục cho hết tệ. Thức khuya dậy sớm mà lo lập thế ăn dân như cố-ý cô-lưu mà chờ hối-lộ. Không cần lễ nghĩa, chẳng hề tu đức thanh-liêm, mảng cậy oai quyền, không thẹn làm đều tà vạy. Sao chẳng nhớ : Người xưa làm chức tú tài đả lo đời, cứ gánh vác việc thiên-hạ. Còn các ngươi từ đậu chức tú-tái thì mong ăn của thiên-hạ cho lợi mình Còn sự nầy đáng ghét lắm : bình thường khoe mình là trung hiếu liêm-sĩ, thấy ai làm một đều chẳng ngay, thì mắng nhiếc quá sức ! tới phiên mình thì quên trung hiếu liêm-sĩ, bỏ trôi theo dòng nước, khi nước mắng người không ngay, nay ở vạy không cần ai mắng ! Sao gọi là biết tu ở mà xưng biết sĩ ! » Có một trò tâu rằng : « Tôi có công dạy học trò cũng hữu ích cho thế ». Phán : « Ngươi quã thiệt như đức thánh Mạnh-tử lấy hiếu để trung tín mà dạy học trò sao ? Chẳng qua là bực dung-sự dạy cầm chừng mà hại đệ-tữ. Cã ngày lo ăn thịt nhậu rượu cho say, không công mà hưởng lộc, tội lỗi chẳng ít, còn kể công sao ? Ngươi phải họ Ngu ở huyện Tương-dương chăng ? » Tâu : « Phải ». Phán : « Ngươi là thầy dạy học sao còn dốt quá, lời nói không thông. Có kẻ hỏi ngươi rằng : « Sát sanh có tội chăng ? Ngươi nói : Không tội gì. Kinh phật nói : Bất sanh bất diệt, nghĩa là không sát sanh thì nó chẳng đặng đầu-thai kiếp khác ! Ngươi mượn chữ kinh mà thích nghĩa bướn, mà xni chúng sát sanh, thì mang thêm ba tội nặng. Một là mượn câu kinh mà thích nghĩa bướn. Bởi người không hiểu nghĩa bất sanh là không đầu-thai nửa, còn chữ bất diệt là không thác, nghĩa là nói người tu có trí-huệ, có công quả lớn, đức hạnh lớn, về Tây-phương đặng liên-hoa hóa-thân, chẳng đầu-thai, theo bực vảng-sanh tịnh-độ, mà cũng không thác nửa, phật gọi là chứng quả Niết-bàn, Chớ không phải nói nghĩa kỳ-chướng dốt-nát, giảng ngược như ngươi! Còn tội thứ nhì là xúi cho chúng sát sanh, những kẻ dốt ưa sát hại, nghe ngươi giản như vậy, nó càng sát sanh hơn nửa. Tội thứ ba là nói nghĩa ngược ngạo không rành. Nếu nói nghĩa ngươi thích đó, thì là bất diệt bất sanh mới phải. Sao câu kinh nói : Bất sanh bất diệt, mà ngươi dám thích nghĩa nghịch tự như vậy ? Huống chi thuở nay, ngươi biếm nhẻ thánh hiền tiên phật, kể tội không xiết ! Học trò phạm các tội khác còn thương tình dung chế. Trừ ra tội chê ba vị tổ tam-giáo (Khổng-tử, Thái-thượng Thích-ca thì thiên-luật không dung. Quỉ Dạ-xa, dẫn họ Ngu, đến làng Ác-khuyền, cho bầy chó dữ xé thày, mà tội kiêu-ngạo tam-giáo. Còn một trò nầy hay đặt huê-nguyệt, ca huê-tình, nói dâm-tử, cho gái trai động lòng sanh dâm loạn mới hư phong-tục ; tội ấy nặng nề, trước đánh đòn tám chục roi sắt, rồi kéo lưỡi cắt môi, cầm hoài nơi ngục mới với họ Ngu. Còn năm người tùy theo tội nặng nhẹ, cho ai đi đầu-thai. Ba người tội nặng cho đầu-thai làm lừa làm chó. Còn hai người tội nhẹ, đầu-thai tàn-tật ; câm, bại, đui, cùi. Đến lãnh tờ giải qua vua Đông-nhạc, đi đầu-thai lập tức. »

Phán-quan đọc án kể : « Họ Viên ở huyện Quang-san, lập tiệm cầm đồ, ăn lời quá phép, mà không chế một ly. Còn trong nhà cho vay, cho gia non, thâu gia già. Trong tiệm dùng cân hai dái (trái cân), cho ra thì dùng trái cân nhẹ, thâu vô đổi trái cân nặng. Bởi cớ ấy, nên giàu bằng Nhà nước. Làm cho trời giận thần hờn. Bị Hỏa-tinh đốt nhà, là lửa trời sa cháy tiêu sự sản. Ba mươi lăm tuổi chết yểu, vợ con cũng thổ huyết chết luôn ! » Phán : « Ăn lời quá phép, đả phạm tội nơi trời. Huống chi dùng cân lậu, dong nhẹ gia già gia non ; lường gạt của chúng, cho nặng túi tham. Tưởng gạt chúng té ra gạt mình, mong hại đời chẳng ngờ hại mạng. Cả đời lường gạt của chúng, mà còn hay không ? Chẳng giữ lương-tâm, ba đời chịu khổ. Tuy bị cháy nhà, mà chưa hết tội. Giao tờ qua vua Đông-nhạc, phạt đầu-thai làm ngựa trạm thơ, bị chúng cởi mải đánh hoài, chạy lao quá chơ đến chết. Đầu-thai làm ngựa ba kiếp như vậy, rồi mới đặng đầu-thai làm người nghèo. »

Phán-quan đọc án kể : « Họ Hồng ở huyện Thiệu-hưng, cha làm chức điển-lại, ở huyện Võ-xương, hồi nhỏ họ Hồng bị cha không ưa tức mình cạo tóc vô chùa. Sau phạm luật về thế đề tóc, ngả mặn như kẻ thế tục. Gặp ai cũng xảo, không một tiếng thiệt thà. Sau lưng hay nói hành việc xấu của chúng ! Hay kẻ vạch sự tư-tình của người và nói chuyện phụ-nữ huê-nguyệt, xúi giục gây gổ, thêm thừa thêu dệt nhiều đều, làm những chuyện trái phép. »

Phán : « Tên nầy tội nặng khó dung. » Phán-quan tâu : « Tên nầy không dữ chi lắm, bị ác-khẩu mà thôi. » Phán : « Tội ác khẩu có ba đều, tên nầy gồm hết : Nói láo về sự tục-tĩu, là phạm chữ dâm-si, bất thông như đứa điên. Nói láo thêm thừa cho chúng giận nhau mà đâm chém. Nói láo gạt người mà lấy của, phạm chữ tham gian. Té ra một sự nói xảo, mà gây ra chữ dâm, chữ si, chữ sân, chữ sải, chữ tham, chữ giao-dạo. Phán-quan còn gọi ác khẩu, là tội nhỏ sao ? Truyền xẻ miệng bớt môi, khẻ răng, kéo lưỡi, mà hành tội ác khẩu, tuy còn sống đã phạt tuyệt-tự, mà chưa hết tội, nay phạt cầm hoài Địa-ngục, không đặng luân hồi. »

Phán-quan đọc án kế : « Vợ họ Uông, là nàng Trình thị ở huyện Giang-Hạ. Nguyên kiếp trước ăn chay, cữ sát-sanh, làm lành, hay bố-thí, có hiếu với mẹ chồng, nuôi đau hết lòng hết sức, bởi chưa đủ công hạnh, nên cho đầu-thai kiếp nầy mà hưởng phú-quí làm con nhà quan giàu : lại gặp chồng lương thiện, sanh ba trai hai gái, định số sẽ sống 82 tuổi, không bịnh mà mãn phần. Không dè bị cha mẹ cưng quá, vì con quan, nên quen thói ỏng-ảnh hồi nhỏ, nhà có tôi-tớ, nên quen thói làm chủ nhà, hay mắng nhiếc hành hà kẻ dưới tay, tập tánh đã quen, nên độc dử lắm ; đến khi có chồng hiền-hậu, thì ỷ thế giàu sang nên chuyên quyền, hiếp chồng quá lẽ. Vã lại quen thói ăn uống sung sướng, nên sát sanh hại mạng rất nhiều. Cho vay ăn lời quá phép, khắc khổ tá điền, đả bắt làm công không, thất mùa cũng không châm-chế chút nào ! Thuở nay chẳng hề bố-thí cho bà con nghèo đồng điếu nào, có đâu tới bố-thí cho người dưng. Ngày nào cũng chưởi tôi đánh tớ. Đánh chết mọi gái là Vương-nguyệt-Mai, lại còn khoét mắt mọi trai là Trương-hưng - Nhi, bị đau nhức tới chết. Lại còn phạt mọi gái là Ngô-hà-Hương, bắt ăn đậu-nành sống cã tô sình bụng ba ngày mà chết ! Còn nhiều đứa mọi khác bị thương tích, tai mũi chưn mỏi miệng đều có tì hết ! Có kẽ đem sự báo-ứng nhơn-quã mà khuyên giãi, thì Trình-thị ỷ con nhà lớn quan to, nên mắng nhiếc kẻ giảng nhơn-quả và nói rằng : « Ta giàu sang, no cơm ấm áo, con cháu đầy nhà, ta thuở nay lại mấy bố thí cho ai, mà phước đó ! Ai tin ngươi nói phải tu nhơn tích đức mới sống lâu tới bảy tám mươi ? » Nói rồi đuổi đi lập tức. Mấy lời ấy Táo-quân cũng đến Thiên-đình, vã lại mỗi tháng chạy tờ về cửa Thiên-Tư mạng chánh, đều biên tội Trình-thị đả nhiều. Các hồn-oan cũng cáo nửa. Ngọc-đế truyền bớt ba kỉ cho bắt hồn Trình-thị đặng trị tội nên mới 46 tuổi mà chết.

Phán rằng : « Không kính trọng chồng, là tội thứ nhứt, theo luật trời không tha đặng. Huống chi độc dữ khắc khổ tôi mọi, hại oan ba mạng. Tánh độc dữ hơn cọp, không phải lòng người, đáng cầm Địa-ngục, không đặng đầu thai nữa. » Phán-quan tâu : « Trinh-thị nguyên kiếp trước tu hành, có hiếu với mẹ chồng lắm. Còn đời nay người con gái lớn Trinh-thị, thấy người mẹ hỗn với cha và ở độc dữ, nên tu hành tụng kinh niệm phật làm phước bố thí, mà cầu cho mẹ tiêu tội, cũng như tu thế cho mẹ nó. Vậy xin vương-gia cho luân-hồi trả quả, chừng hết nợ trước sẽ xử nữa. » Phán : « Nếu con gái tu thế như vậy, thì trẫm tha tội cầm ngục, cho đặng luân hồi. Kiếp thứ nhứt cho nó đầu thai làm đờn bà nghèo khổ đói rách cả đời, cho hồn Hà-Hương vào bụng nó làm quỉ-thai, đau đớn đến kiếp, tới ba năm phát bịnh điên mổ bụng mình và cắt ruột mà chết, đặng trả quả bắt Hà-Hương ăn đậu-nành sống sình bụng mà chết. Kiếp thứ nhì, đầu thai làm con câm, ghẻ chốc cùng mình, đi xin tới 50 tuổi, ăn cắp gạo nhà họ Trương, bị con gái họ Trương (là hồn Vương-nguyệt-Mai đầu thai) đánh chết, mà đền mạng oan kiếp trước. Kiếp thứ ba, làm con gái mới tám tuổi bị du-côn (là hồn Trương-hưng-Nhi đầu thai) đâm đui cập mắt và đánh đứt gân, lết ngoài chợ xin ăn tới chết, thì trừ mới rồi ba mạng. Trong ba kiếp ấy hành tội câm, ghẻ, đói, lạnh, cực khổ, đi xin, là đền tội hiếp chồng và làm giàu bất nhơn đó. Như trong ba kiếp chịu khổ, biết ăn năn ở hiền lành, thì sẽ châm chế cho kiếp khác. » Trinh-thị tâu : « Chồng tôi lôi thôi tệ quá, chẳng biết lo việc nhà, tôi không rầy sao đặng ? Xin vương-gia xét lẽ mà thứ dung. » Phán : « Đàn-bà có đạo tam-tùng, khi còn ở nhà, tùng quyền cha mẹ, xuất giá tùng quyền chồng, chồng thác, tùng quyền con trai, phần phụ-nữ không đặng làm chủ. Chồng ngươi là kẻ hiền hậu, ngươi lại chê rằng lôi thôi, mà hỗn hào mà khi dễ trăm bề. Đến nước nầy mà ngươi chưa biết tội sao ? » Trinh-thị tâu rằng : « Tội tôi hỗn với chồng đã đáng. Còn như đánh tôi chưởi tớ, là tại chúng nó làm công việc không xong, mà lại ăn vụng làm biếng, trăm bề hư hết. Vả lại chúng nó tánh ở ngoan-ngạnh, dạy nó không vưng theo, ngu mê ám chướng, không hiểu việc chi. Tại chúng nó chướng như vậy, là nó bảo phải đánh phải chưởi, chẳng phải khi không mà tôi hành phạt chúng nó, xin vương-gia xét lại. » Phán : « Thuở nay kẻ hèn hạ, tâm tánh chúng nó không phải như người bực thượng. Hoặc là hồn cầm thú đầu thai, hoặc hồn người dữ đầu thai lại, bị cướp tánh thông-minh, phú tánh ngu độn theo kẻ hạ tiện ; vả lại đầu thai làm con nhà hèn hạ dốt nát, thì tánh nó thô tục ngang dọc, cứng đầu cứng cổ, ngu mê ám chướng, là lẽ trời định tự nhiên. Mình là người bề trên, cơn binh thì phải thông-thẳng mà dạy dỗ, đến việc làm, phải thích nghĩa cho rành, và dặn đi dặn lại. Dẫu chúng nó lầm lỗi, cũng tùy theo tội nặng nhẹ mà răn, lẽ nào nóng nảy mà đánh chưởi mãi, đánh quá cho chúng nó hoảng hồn mà phát điên. Sao chẳng xét, chúng nó cũng là con cái nhà lành, vì nghèo quá mới cắt ruột mà bán cho mình làm tôi mọi, tuy tiếng là thầy với tớ, chở chúng nó củng như con cái trong nhà, việc ăn mặc, đau mạnh, khỏe mệt, mình phải biết thương chúng nó. Bởi cớ ấy mọi trai củng như con trai nuôi, mọi gái củng như con gái nuôi. Lẽ nào ở độc mà khắc khổ ? Giả tỉ con gái ngươi bị người đánh chưởi, ngươi có đau ruột hay không ? Còn ngươi cho tôi mọi ăn không no, bận không lành, lại nở lòng hành hình trái phép, hại tới ba mạng. Thiệt là không sợ luật trời, còn dám nhiều đều cãi lẽ. Mau dẫn nó đi đầu thai ».

Phán-quan đọc án hế : « Họ Châu ở huyện Hớn-dương, tư hồi nhỏ lập tiệm bán hàng xén, các trái cày, đồ đồng thiếc và các món nhỏ mọn lẻ loi. Thường dùng giấy chữ mà gói các món đồ bán. Bình thường hay lấy giấy chữ mà chùi bàn ghế, chỗ nào nhơ-uế, cũng lấy giấy chữ mà chùi, và quét đồ nơi hầm dơ ; 24 năm như vậy.

Còn vợ họ Huỳnh, là Khương-thị, ở huyện Hiếu-cảm, có hai đứa con đi học, mỗi ngày Khương-thị lấy giấy lộn (giấy chữ) để dành bồi hồ-bao độn đáy giày, hoặc đi sòng, bồi vách, hoặc cuốn làm rọi để hút thuốc hoặc vò cho nhử làm chó-lén, huỵch nhúm lửa, như vậy năm năm.

Còn họ Ma ở huyện Táo-dương, là Tú-tài dạy học trò, hay đạp giấy chữ các học trò bắt chước, cũng hủy giấy chữ, chẳng biết trọng chữ, lấy chùi đồ, hoặc đốt mà hút thuốc, làm thường vậy đến 22 năm. Ba tên phạm ấy đồng tội. »

Phán : « Trong sách có chữ trời đất quỉ thần, tên ông bà cha mẹ, rong giấy chữ, đều có. Nếu không chữ, thì đạo lý chẳng ràng, sao có kinh sách ? Nếu đạp hủy giấy chữ, củng như đạp hủy trời đất, quỉ thần, thánh hiền, ông bà, cha mẹ. Họ Ma nhờ chữ nghĩa mà hiển vinh, nhờ chữ nghĩa mà no ấm, mà dám đạp hủy giấy chữ 22 năm, cho các học trò bắt chước, tội ấy về ngươi hết. Ba tên phạm ấy đều bị cầm nơi Địa-ngục không đặng luân-hồi. »

Phán quan đọc án kế : Họ Dư ở huyện Miền-dương, nhà củng khá, mà ở bất hiếu. Nuôi vợ con ăn mĩ-vị, bận tốt. Còn cha mẹ ăn mặt lấy có. Cha mẹ phiền trách, nó trả lời rằng : « Cha mẹ để gia sản chi đó, mà bắt lỗi nuôi ăn mặc không xứng đáng ? » Nó lại mắng thêm, làm cho cha mẹ nó buồn rầu tức tối trọn đời. »

Phán : « Họ Dư tuy dốt, há chẳng biết ơn cha mẹ sanh thành nuôi dưỡng, trở lại trách cha mẹ không để sự sản, không nuôi cha mẹ, mà lại nuôi vợ con tử tế. Nếu vậy vợ con có để gia-sản cho ngươi sao ? Người bất hiếu thiệt không bằng súc-vật. Phạt nó đầu thai làm trâu ba kiếp, ra sức cày ruộng nuôi thiên-hạ, chết rồi còn bị chúng xẻ thây, mà đền tội bất hiếu. » Phán-quan tâu : Tên Phạm nầy có xí được một trăm lượng bạc cho lại kẻ làm mất đền ơn nó cũng không ăn, nên kẻ ruổi mất bạc trở ra may, nội nhà khỏi hại. Âm-chất ấy cũng đáng chế bớt tội

tội ngỗ-nghịch ». Phán : « Như vậy thì chết khỏi làm trâu bả kiếp, cho đầu thai ăn mày chết đói hai kiếp. Nếu biết tu sẽ hay ».

Phán quan đọc án kế : « Vợ họ Lý là Trần-thị, huyện Huỳnh-mai, thủ tiết, mà bất hiếu với cha mẹ chồng. Cha chồng bóng quáng, mẹ chồng phong bại, Trần thị cho ăn mặc lấy có ; đến nỗi đói lạnh mà chết ». Phán : « Đàn-bà có chồng thì tùng quyền chồng, cha mẹ chồng là cha mẹ ngươi. Ngươi đã biết thủ tiết, thì phải ở có hiếu với cha mẹ chồng thay mặt cho chồng mà nuôi cha mẹ, thì tiết hiếu song toàn. Thời khi còn sống vua quan phong tặng, thác rồi lại đặng thành thần ; mới là trọn lành, thần kiêng quỉ sợ. Sao lại phạm tội bất hiếu, đáng đọa Địa-ngục không đặng đầu-thai ». Phán-quan tâu : « Nàng nầy góa chồng hồi còn tơ thủ tiết ba mươi mấy năm cực khổ, xin vương-gia châm chế cho đặng luân-hồi ». Phán : « Trầm cũng vì sự thủ tiết, mở đường mọn cho nó đặng đầu-thai ba kiếp làm cho chúng phải thấy, mà trừ tội bất hiếu cha mẹ chồng ».

Phán-quan đọc án kế : « Họ-Hồ ở huyện Lâm-lương đậu Tú-tài, tánh ở độc bạc hay nghe lời vợ mà ngỗ-nghịch song thân. Lại thấy anh em thiệt thà dốt nát, nên chia phần ăn để ruộng hèn, nhà xấu, đày tớ dở cho người anh. Còn chia phần ăn cho người em rồi, sau em thác, em dâu là Lý-thị không con, nên nuôi con người anh cả làm con lập tự cho chồng. Họ Hồ muốn đoạt gia sản của em dâu, nói vu oan rằng : Lý-thị tiếng thủ tiết mà tư tình chửa hoan dựng chứng đủ cớ. Lại mướn bà mụ nghiệm xét, cũng nói Lý-thị thiệt có thai. Lý-thị tức mình mổ bụng tại trước mặt quan mà chết, làm cho nhiều người chứng ăn tiền, đều mắc họa với bà mụ. Như vậy họ Hồ bị ba tội nặng, mau xử mà răn đời ».

Phán : « Họ Hồ đậu Tú-tài, thì đã thông kinh Thi kinh Lễ, sao mà ở bất hiếu, bất đễ tới thế ? » Tâu : « Tôi hồi nhỏ có học kinh Thi kinh Lễ, cũng biết hiếu cha mẹ, thương anh. Tại vợ tôi học mà ở độc, nó xúi các việc bất hiếu bất đễ. Tôi dại nghe lời, nhờ vương-gia rộng dung. » Phán : « Tội vợ ngươi là Mã-thị, ông Táo với các du-thần, tâu cáo thiên-đình đã lâu, tự nhiên phạt tội một cách nặng nề. Ngươi há chẳng biết, chồng cầm quyền vợ, vợ phải nghe lời chồng dạy lẽ nào chồng nghe lời vợ dạy hay sao ? Nếu ngươi thiệt tình hiếu đễ, vợ ngươi lẽ nào dám bất hiếu bất đễ. Nay ngươi bất hiếu với cha mẹ, khi anh bất thông, hiếp em dâu thất thế mà còn nỡ nào vu-oan làm bức cho tiết phụ liều mình ? Thiệt tánh độc hơn rắn, bò-cạp, không bằng loài chó heo. Phạt đọa Địa-ngục A-tì, hành tội liền liền, quăn lên núi đao, rồi bỏ xuống ao nước sôi, xay giã nấu dầu, thiêu ra tro, rồi hườn lại hành như vậy luôn luôn, không đặng đầu-thai nữa. »

Phán-quan đọc án kế : « Họ Lưu ở huyện Bành-ly, hồi nhỏ học thợ mộc, hay ếm mà hại chủ nhà, hai mươi năm như vậy. Hay chưởi mưa nắng, vì hư việc của nó. »

Phán : « Ngươi làm thợ mộc, ếm hại chủ nhà. Tuy ngươi ếm người không nổi, song cái lòng độc ác của người, quỉ thần đã ghét lắm. Huống chi mưa gió máy sấm trời đất đều cho các vị thần linh cai trị. Sao ngươi dám mắng mưa chưởi gió, xúc phạm trời đất thần linh. Cớ nào ở độc và điên cuồng đến thế ? Trời sa thiên-lôi đánh ngươi chết, mà trừ chưa hết tội. Nay phạt ngươi đầu-thai làm thằng ăn mày càm và điếc, mãn kiếp chết xuống đây sẽ hay.

Phán-quan đọc án kế : « Họ Từ ở nước Vệ, huyện Kim-sàn. Hồi nhỏ ngang dọc, không tin sự báo ứng tội phước nên không kính thánh thần. Gặp thầy chùa thầy tu, hoặc ăn mày, đều không bố thí, mà lại mắng thêm. Lòng ở bất nhơn hay giết rùa, đập rắn, giết loài trùng dế, rất nhiều. Say rượu hay phá quán, đánh lộn ngoài chợ. Lúc say rượu kia, đánh chết đứa con đẻ mà không biết thương. »

Phán : « Không có lòng nhơn thương xót, là chẳng phải con người. Rất đỗi thấy đứa con nít nhỏ, bò gần miệng giếng, lòng còn thương, bất nhẫn mà bồng ra cho xa, huống chi con đẻ của mình mà đánh chết ? Hùm dữ còn chẳng nỡ ăn thịt con, lòng thằng nầy thiệt độc hơn cọp. Tuy ở Dương-gian đã bị cầm ngục cho tới rủ tù, nay nấu dầu và đốt nó cho đáng đời, rồi sẽ cho đầu-thai làm súc-vật. »

Phán-quan đọc án kế : « Họ Nhan ở huyện Quang-hóa, tánh ở không tốt, hay giấu việc của người, thuật việc hư của chúng. Kẻ nói cho sướng miệng, không cần việc có việc không. Muốn đọc cho tráng câu, chẳng kể nói chơi nói thiệt. Làm cho đờn ông con trai mất tiếng khen, đàn bà con gái mang danh xấu. Những tội ấy kể không xiết, nghị phạt tội cho mau. »

Phán rằng : « Họ Nhan làm mặt người nói ngay, không cầu danh tiếng chúng. Tội độc ác quá rồi, giam vào ngục cắt lưỡi. »

Phán-quan đọc án kế : « Họ Giám ở huyện Nghi-thành, đậu Tú-tài, có khoa ngôn-ngữ. Hay kiêu ngạo mắng nhiếc người và nói trảy nói nhớp theo việc tục-tĩu. Thường lấy các câu trong kinh sách, nói bức khúc, thích nghĩa bậy mà cười, đáng tội lắm. »

Phán : « Ngươi đọc sách thánh-hiền, lại để người mà diễu lời thánh-hiền. Có tài trí thông minh, không giúp việc phải lại đem tài trí mà giễu cợt, nói kiêu ngạo cho trời đất ghét, mà tổn đức mình. Làm chúng cười một chút không ích chi cho mình, thiệt ngu quá ! Cho đầu-thai làm đứa ăn mày câm cho hết nói nữa ! » Phán-quan tâu : « Họ Nhan với họ Giám đều phạm khẩu quá, tội ấy cũng nhỏ, xin vương-gia rộng dung. » Phán : « Tội lời nói tuy là nhỏ mọn, nhưng mà bày sự tư, tỏ sự kín của người và lại dọ cho chắc, nghe lưu truyền mà nói ra như mắt thấy. Những người hay nói chắc, không vị không giấu, mà nói bóng gián đều chi, ai cũng tin chắc. Huống chi thiên-hạ ưa nghe chuyện mới cũng lạ, phân nửa không tin, chớ tin cũng hết phân nửa. Làm cho người bư danh xấu tiết, đến nỗi trên ông cha mang nhục, dưới con cháu hổ hang. Có khi nói cho chúng tức tối hổ thẹn mà liều mình, tội lớn vô cùng, sao gọi lỗi nhỏ. » Phán rồi y án, không chế chút nào.

Phán-quan đọc án kể : « Vợ họ Chúc là nàng Cát-thị, ở huyện Dực-dương, tánh hay nghi ngờ, ở lòng độc hiểm, hay xúi chúng rầy rà, làm cho bà con người rời rả, như là cha con mẹ con bỏ nhau, anh em vợ chồng xa nhau. Phàm gặp đàn ông con trai cũng nghi nếu có sự chi mất lòng, thì vu-oan cho người ấy là loạn-luân. Gặp phụ-nữ cũng sanh nghi nếu bất-bình thì vu-oan rằng nàng ấy ngoại tình lang chạ. Những gái đồng-trinh, hoặc người thủ-tiết, đều bị nó vu-oan, dẫu bà-con, hoặc chí-thân, nó cũng không chừa nữa. Nó nói vu-oan cho tiết phụ Chương-thị, Chương-thị tức mình phát bịnh mà thác ! Lại nói vu-oan cho người em trai chàng-hàng bên chồng rằng: chú ấy muốn lấy con gái ! Người em chồng tức mình, nhào xuống sông mà trầm mình. Mau định tội răn đời.

Phán : « Các-thị tánh hay hồ nghi, lòng độc như rắn, bò cạp, lưởi bén như gươm, hại chúng hư danh liều mạng. Trong đám phụ-nữ có loài bất lương ấy, không còn án nào mà hơn nữa. Truyền cắt lưởi, dục răng, cắt môi, cầm tại ngục A-tì mà hành mãi, không đặng đầu-thai. Phán quan thâu hồn với đứa con trai với đứa con gái nó, cho hết dòng thèo lẻo. » Phán-quan tâu : « Chồng là họ Lương, hiền hậu làm lành, có khắc bản kinh Cảm-Ứng in mà cho người tới 7.534 cuốn, khuyên dạy người đời, cải ác tùng thiện, công đức rất lớn, nở tuyệt hậu người. » Phán : « Nghỉ chồng ngươi hiền lành, người lành phải có bậu, nên tha 2 đứa con. Còn ngươi tội ác thái quá, cầm ngục hoài không đặng luân—hồi. »

Phán-quan đọc án kể : « Phan-thị nhan sắc xinh tốt mà tham dâm, chê chồng xấu tướng, lộn chồng lấy các tay điếm đàng, thả lắm đau ghẻ lở mình mà chết. »

Phán : « Nhơn-duyên trời định, có số giàu nghèo. Ngươi là đàn bà xấu nết, không biết hổ thẹn, chê chồng xấu mà lộn chồng, lại ngoại tình lang-chạ. Thấy chúng giàu sang, tức mình nghèo khó, ỷ mình bóng sắc, chê chồng xấu xa, không xét nết lăn-loàn mà chê chơn chất, chê chồng già mê chồng trẻ, trách cha mẹ định không xứng lứa vừa đôi. Thờ chồng không trọn đạo, hoang nết chẳng nên người. Đứng đường bán dạng thuyền quyên, đánh bóng nhen trai hoang-đảng. Tội tà-dâm đại ác không dung. Phạt đầu-thai làm heo nái hai kiếp, cho đáng tội lộn chồng, rồi xử nữa. Truyền qui-sứ cho máy răng sắt nhai nó, rồi cho đầu-thai. »

Phán-quan tâu rằng : « Hai mươi ba khoảng ác-phạm, cộng 42 án đã xử rồi. Còn Thiện-sĩ Lâm-tự-Kỳ bị bắt làm, bây giờ tính lẽ nào ? » Vua Tần-Quãng đòi hồn Lâm-tự-Kỳ lại, phản rằng : « Nay đưa ngươi huờn hồn, phải rán lấy lòng thành tu hành cho sẵn sước, trẫm nãy giờ xử các án đó, ngươi đều hiểu chăng ? » Tự-Kỳ tâu rằng : « Tôi thấy đủ. » Phản : « Các sai-dịch, đưa hồn thiện-sĩ qua vua Đông-nhạc, lảnh phê hồi-dương đặng thiện-sĩ thuật lại cho đời nghe các án trẫm mới xử đó. » Tự-Kỳ tâu : « Tôi tối dạ nhớ các công án không rành. » Vua ngó phán-quan mà phán rằng : « Cho thiện-sĩ một huờn thuốc Phát-huệ, ngậm trong miệng mà hồi dương, thì nhớ đủ đều không sót. » Tự-Kỳ lãnh huờn thuốc Phát-huệ, rồi tâu rằng : « Tôi cám ơn vương-gia cho sống lại, từ nãy sấp tới quyết ý tu hành ; song chưa biết cách tu-hành đạo-đức lốp lang đều nào làm trước cho trúng cách ? » Tần-quảng-vương phản rằng : « Đạo là đạo ngủ-đạt : chúa tôi, cha con, chồng vợ, anh em, bằng hữu, cũng trong năm bực ngủ-luân, chớ không đều chi lạ. Sao gọi đạo chúa tôi ? Phàm làm quan thì trước phải ngay chúa thương dân, ở trong trào, hoặc trấn cỏi ngoài, đều giữ theo luật, cho xứng chức phận, hết lòng hết sức, cứ lẽ công bình mà quên tư vị, lo việc nước mà quên việc nhà, ấy là theo bực chức phận. Còn dân-giã thì lo cho đủ xâu thuế, không phạm phép nước, giữ bổn phận thảo thuận ngay tin, thiệt là chắc chắn, giữ theo lễ nghĩa, nhà ở nhơn nhường. Khuyên dạy quê khờ, giữ gìn phong-hóa. Ấy là tu bực chúa tôi. Còn đạo cha con, làm cha nuôi con thì phải dạy, thương con phải cho nó cần lao. Hoặc dạy sách kinh cho thông đạo-lý, hoặc dạy ruộng rẫy buôn bán nghề nghiệp làm ăn. Chẳng nên cưng hư, cho nhập lủ tửu-sắc hoang-đàng bài bạc. Còn làm con, lo nuôi dưỡng kỉnh yêu cha mẹ, việc lớn thì lo ăn học nên danh cho cha mẹ vinh hiển, ở thanh liêm ngay thẳng cho cha mẹ được tiếng khen. Kế đó phải rán hết sức hết lòng mà nuôi cha mẹ, ăn mặc cho xứng đáng, tùy theo sức mình giàu nghèo ; giàu-sang thì dưng mùi ngon ngọt và chiu lòn cho cha mẹ vui lòng, đừng để cha mẹ bất bình mới trọn thảo ; nếu nghèo khó dầu muối dưa hầm hút, củng nuôi cho cha mẹ đẹp lòng, liều thân trâu ngựa mà đền ơn cúc dục. Dẫu giàu nghèo củng hết lòng cung kỉnh cha mẹ, chớ ỷ một sự nuôi, mà không kỉnh lễ. Còn phải biết thân vóc nầy là thịt xương của cha mẹ chia cho, nên phải thủ thắm chẳng dám hủy hoại thân thể, và củng không dám làm quấy cho nhục cái vóc của cha mẹ sanh thành, mới là trọn thảo. Ấy là đạo cha con như vậy. Còn đạo chồng vợ phải phân biệt, chồng lo việc ngoài, vợ lo việc trong cho trúng cách. Chồng cầm quyền vợ, song phải lấy lễ nghĩa mà đải nhau đừng bỏ phép mà mầy tao mi tớ. Hoặc chồng ỷ quyền mà đánh hiếp vợ, hoặc vợ vô lễ mà sỉ nhục chồng. Chồng trọng vợ tại đức hạnh chẳng nên mê sắc, vợ kính chồng như thờ chúa phải giữ đạo tôi. Vợ chồng thuận hòa, thì nên gia đạo. Chồng dạy vợ hiếu kỉnh cha mẹ chồng, cho dâu bắt chước. Hòa thuận chị em bạn dâu, thì trong nhà hết sanh nghi. Chồng dạy phải thì vợ nghe, mới gọi xướng tùy trọn đạo. Ấy là tu việc chồng vợ. Còn như anh em chị em cũng một chỗ mà ra, một máu một thịt như tay chơn, thể các nhánh cây một gốc, nếu anh đau như em đau, coi như một vóc, dẫu sự may sự rũi, sự vui sự buồn, cũng chung cùng nhau một thể. Như cha mẹ còn mà anh em hòa thuận thương yêu nhau, thì cha mẹ vui mừng lắm. Tuy cha mẹ đã khuất, ngó thấy anh em cũng như thấy cha mẹ, thương anh em cũng như thương cha mẹ. Bởi vậy tuy anh em bất hòa mặc lòng, nếu người dưng đánh anh em, cũng nóng ra bình vực, lấy đó mà suy, thì anh em là thiết lắm. Nói tắt một đều : cha mẹ anh em là trời định, không đổi dời đặng. Còn vợ con là ở sau, tại nơi người định, nên đổi dời đặng. Vì vậy chẳng khá trọng vợ con mà khinh anh em, chớ khá vị tình sau mà quên nghĩa trước, thì tu việc anh em rồi. Còn bậu bạn cũng đứng vô năm bực nhơn luân là cớ nào vậy ? Mình chưa làm việc phải, nhờ bạn khuyên mới nên. Mình chưa chừa việc lỗi, nhờ bạn trách mới bỏ. Việc nên hư lợi hại phải quấy của mình, có khi cha mẹ vợ nói không đặng, vì không nở nói, mà bạn dám nói. Việc tâm phúc của mình ; có khi cha mẹ vợ con nói không đặng, mà bạn dám nói. Có việc cấp nạn, cha mẹ vợ con cứu không được, mà bạn lo được cứu được. Cho nên con người không nên chẳng có bạn đạo nghĩa. Cho nên kết bạn, nói phải chắc chắn nhìn lời, lâu ngày cũng chẳng quên nhau. Lo việc cho bạn, cứu cấp cho bạn. Mình ở trọn đạo với bằng-hữu, tự nhiên bằng-hữu giúp lợi ích cho mình. Tu xong cái đạo bằng-hữu, thì năm bực đạo nhơn-luân trọn rồi. Xin thiện-sĩ rán lên một bực. Ấy là lời quê cạn của trẫm, truyền dạy người đời, nghe cho mau hiểu rán sức mà làm. Nói tắt một đều, người tu hành chẳng luận bỏ nhà hay ở nhà, gái trai già trẻ, cũng không luận sang hèn giàu nghèo, hoặc trôi nổi hoạn nạn, không người nào mà tu chẳng được, không chỗ nào mà tu chẳng được, không thuở nào mà tu chẳng được. Tại nơi mình tùy theo bổn phận, trong lòng cho an. Mình có dư, coi như còn thiếu, chớ sanh lòng kiêu căng xài phí quá chừng. Mình tuy thiếu, coi như có dư, đừng sanh dạ tham lam ước mơ quá lẽ. Ở với người cứ một chữ dung trị trong nhà, nhớ trăm câu nhịn. Nếu ai ở đều chi quấy quá, mình hết lòng tìm kiếm cho ra chỗ phải của người. Mình ở đều chi phải nhiều, mình hết sức xét suy cho ra chỗ phải còn thiếu. Lo cần kiệm là đầu sanh ý, giữ hiếu đễ là cội tu thân. Lại còn bố thí giúp đời, làm lành chẳng mỏi. Làm đặng vậy trọn đời : gìn chay tốt, không gìn cũng tốt, niệm phật linh, không niệm cũng linh. » Tự-Kỳ tâu : « Phải có của mới bố-thí đặng, nghèo biết làm sao ? » Phán rằng : « Sự bố-thí chẳng phải rặt ròng có của, lấy của bố thí là thí cho nghèo ngặt. Nếu sức mình không dư, mà cho kẻ đói một chén cơm, cho kẻ khát một bát nước, cũng gọi là bố-thí. Hỡi còn nhiều cách bố thí mà không tốn của. Như kẻ đương lo sợ, mình dùng lời dịu giải khuyên cho hết sợ, gọi là vô húy bố-thí. Còn người đương mê đắm, không biết ăn năn, mình khuyên giải cho tỉnh lại hết làm, gọi là vi pháp bố thí. Nếu có việc chi tiện cho đời, thì mình ra sức, việc bất tiện mình lo giùm cho êm, gọi là phương tiện bố-thí. Nếu người tranh đua, thưa kiện, mà mình thích nghĩa giải hòa, gọi là giải-kiết bố-thí. Trong lòng bất nhẫn hay thương người, gọi là tâm điểm bố-thí. Các dều đã nói đó, là bố-thí lời nói với công làm, lựa phải có tiền mới gọi bố-thí. » Tự-Kỳ tâu : « Cứ theo thầy chùa nói : phải ăn chay niệm phật, mới gọi là tu hành. » Phán rằng : « Ăn chay niệm phật, là ép xát sửa lòng. Chớ ăn chay có ích chi cho phật. Còn niệm phật lại lợi cho đời. Miễn là làm mười đều lành, lánh mười đều dữ, thi đủ rồi. Nếu ăn chay niệm phật, mà mười đều dữ không bỏ, mười đều lành chẳng làm, chẳng những không phước không công, mà lại nhiều tội nhiều lỗi. Vậy chớ mười mấy sãi hồi nãy, củng ăn chay niệm phật, mà bị giam Địa-ngục, ấy là không phải chơn tu. Nếu chơn tu thì sửa mình giữ đạo là thứ nhứt, bố-thí ăn chay là thứ nhì. Cái nào củng qui tại chữ tâm : bố-thí khó tại lòng nhơn, không khó đều ra của ăn chay khó tại lòng chánh, không khó miệng cử kiêng. Cho nên nhà nghèo bố-thí một đồng tiền, cầm đáng ngàn đồng nhà giàu có. Nhà giàu có ăn chay một bữa, cũng bằng chay một tháng nhà nghèo, là lấy chỗ khó ích nhiều mà linh phước, nếu rán chịu khó cho lắm mới thiệt lòng thành tu-hành. » Tự-Kỳ tâu : « Sao gọi trong kinh Kim-cang có bốn câu kệ qui ? » Phán : « Nghĩa nầy mắc lắm, trầm giảng kĩ, thiện-sĩ nhớ cho rành. Kinh Kim-Cang 32 phần, phần thứ năm :

Phật cáo Tu-bồ-đề : *Phàm sở hữu tướng giaithị hư vọng nhược kiến chi tướng phi tướng, nhứt kiến Như-lai.*

NGHĨA LÀ : Phật Thich-Cạ dạy ông Tu-bồ-đề rằng : « Phàm việc chi có hình tướng đều là sự huyền sự dối. Nếu thấy cái tướng nào không phải tướng, thì là thấy phật Như-lai. » Bởi phật không chịu hình tướng không bày biện, cứ không ngờ là quí.

Phần thứ ba dạy phép không-tâm (trong lòng không).

Tu-bồ-đề nhược Bồ-tát, hữu ngã-tướng, nhơn-tướng, chúng sanh tướng, thọ giã-tướng, tức phi Bồ-tát.

NGHĨA LÀ : « Nếu phật Bồ-tát, mà có ngã tướng là lòng tham, nhơn-tướng là lòng sản giận, chúng sanh-tướng là lòng si mê bất thông, thọ giã tướng là lòng nịch ái đắm sa, thì không phải là phật Bồ-tát. » Vì trong lòng không bốn đều ấy.

Phần thứ 26 giảng phép không có thân (mình không)

Nhi thời Thế-tọn, nhi thuyết kệ ngôn :

Nhược dỉ sắc kiến dĩ âm thinh cầu ngã,
Thị nhơn hành tà đạo, bất năng kiến Như-lai.

Khi ấy phật Thế-tôn (Thich-Ca) ngâm bốn câu kệ rằng : « Nếu lấy hình tướng có sắc mà muốn thấy ta, hoặc lấy âm-nhạc tiếng ca ngâm mà muốn thấy ta, thì người lấy làm đạo tà, chẳng thấy phật Như-lai, » Phật dụng cái tâm thanh tịnh vô hình chớ không ưa hình tướng.

Phần 32 (phần rốt) dạy phép không việc đời :

Nhứt thiết hữu vi pháp, như mộng huyễn bào ảnh.

Như lộ việc như điển, ưng tác như thị quan.

NGHĨA LÀ : « Hết thảy các việc có hình làm ra,, thì giả như chiêm bao bọt nước cái bóng của mình như móc sa trên ngọn cỏ, như chớp nhoáng đều không bền lâu thấy đó mất đó. » Các việc hữu-hình đều hư huyền như vậy, nên phật trọng vô hình.

Trong phần ấy, phật có dạy câu nầy :

Bất thủ ư tướng, như như bất động

NGHĨA LÀ : « Chẳng dùng binh tướng, trơ trơ chẳng động lòng

Lại trong phần 18, Phật dạy bỏ ba lòng :

Tu-bồ-đề quá khứ tâm, bất khả đắc.

Hiện tài tâm, bất khả đắt.

Vị lai tâm bất khả đắc.

NGHĨA LÀ : « Không nên chở chuyện đã qua. Còn hiện tại bây giờ, không nên vọng tưởng, sẽ đến đừng mơ ước. » Phải để tâm cho thanh-tịnh thì không tội, mới đặng theo phật Như-lai, phật xưng là Như-lai vì trong phần hai mươi chín. Thích-ca nói : *Như-lai giả, vô sở tùng lai, diệc vô sở khử, cố danh Như-lai.* Chử Như-lai là tự nhiên như cái tâm, không phải ở đâu mà đến và chẳng đi đâu. Nên gọi tự nhiên như vậy.

Vua Tần-quảng thích nghĩa các bài kệ và các câu yếu lý trong kỉnh Kim-cang, rồi phán rằng : « Nếu thiện-sĩ về tụng thêm cho đủ một tạng kinh Kim-cang (5.848 biến) và đem các bài kệ ấy mà giải nghĩa cho người nghe hiểu đạo phật, không cần cúng chùa, quí tại chừa tham, sản, si, ái, bốn tội ấy và bỏ ba cái lòng vọng tưởng, chở cứu, mơ ước việc chưa tới, chừa dữ làm lành, không lòng vọng tưởng tà vậy, là sửa lòng tu mình, khỏi tội mà đặng thành chánh quả, ít nữa cũng được hưởng phước kiếp sau. Nếu người nghe mà cải ác tùng thiện, thì công của thiện-sĩ lường không xiết, sẽ đặng siêu-thăng. » Tự-Kỳ tạ ơn rồi tâu rằng : « Tôi cám ơn vương-gia cho sống lại, và nhờ ơn dạy bảo, thắp hương mà lạy hoài đền ơn cũng không xứng. Còn các vì thần sở tại chỉ lầm, e bị tội lỗi, xin vương-gia rộng dung cho chư thần. » Phán : « Trẫm y lời miễng chấp. Thiện-sĩ hồi dương rán hết lòng làm lành, nhớ lời trẫm dặn. » Phán rồi truyền bốn quỉ-sứ, đưa hồn Tự-Kỳ, về tới cỏi Dương-gian, giao cho các thần sở tại, đem hồn cho nhập xác.

Khi ấy Lâm-tự-Kỳ sống lại như tỉnh giấc chiêm-bao, kêu tiểu-đồng, người nhà xúm lại cho uống nước trà, trong miệng Tự-Kỳ, bay ra mùi thơm lạ (ấy là hơi thuốc Phát-Huệ). Xóm làng tới thăm đông lắm, đều hỏi thăm việc Âm-phủ mà nghe, vì từ xưa đến nay, chưa thấy ai thác đi sống lại. Tự-Kỳ bảo đem giấy viết mực lại, cứ việc vẽ hình vua Tần-quảng với Phán-quan xử 42 án. Rồi để các án theo họa đồ, gọi là cuốn Hồi-dương-nhơn-quả. Ai nấy xem thấy đều hãi kinh, nội châu huyện quan dân đều đến xem sự lạ, thấy xử các án công-bình, mới biết từ xưa đến nay, sự báo ứng không sai một mảy, mới tin có Địa-ngục rõ ràng, hết hồ nghi huyễn-hoặc, nên nhiều người cải ác tùng thiện. Trong lúc ấy nhằm mồng chín tháng ba, năm mậu-ngủ, trong niên-hiệu vua Gia-Khánh trào Thanh. (1798)

Lâm-tự-Kỳ với người háo thiện, sao lục cuốn nầy mà cho thiên-hạ coi, sau đặng tiền mướn khắc bản, vân vân.

NHƠN-QUẢ LỤC LINH NGHIỆM KÝ
(*Biên các sự linh nghiệm kinh Nhơn-quã nầy*)

I. — Uông-Nguyên ở huyện Tiền-đường, mẹ già, còn y đã ba mươi tuổi, mà không con, cha là ông Tịnh-Hư, tính khắc bản kinh Hồi-dương nhơn-quả, chưa khắc đặng mà mảng phần. Uông-Nguyên muốn cầu cho mẹ đặng sống lâu và cầu con luôn thể, nên bán ruộng mà mướn khắc bản. Mới khắc nửa cuốn, mà vợ đã có thai, đẻ con trai. Rủ thêm các vị háo thiện Ngại-Khởi vân vân...phụ tiền in tới muôn cuốn mà cho người. Đêm kia Uông-Nguyên chiêm-bao thấy hồn cha về khen rằng : « Con noi ý cha, cha đã siêu-thăng về cõi Thiên-đường, Còn mẹ ngươi sẽ được trường thọ. Các vị phụ in, đều đứng tên vào sổ thiên-tào. » Sau gia-đạo càng ngày càng khá, mẹ sống gần trăm tuổi.

II. — Triệu-Bích đi thi đậu về, thấy hồn vợ hiện dọc đường đón chồng khóc rằng : « Thiếp hay sát sanh, thường làm nham cua lắm. Nay hồn xuống âm-phủ, phạt bỏ vào núi Giải-san, bầy cua kẹp ngày đêm khổ sở. Tại âm-phủ trọng kinh Hồi-dương-nhơn-quả lắm. Tôi xin cho hiện hồn về, cậy tả bảy cuốn cho người mà chuộc tội. » Triệu-Bích về tới nhà, mới hay vợ chết đã chôn rồi. Liền sao tả kinh nầy, mới được hai bổn mà cho lần. Kế đi viếng mã vợ, gặp ông già xưng là thần núi nói rằng : « Vợ ngươi nhờ phước cho kinh, đã đặng đầu-thai rồi. »

III. — Vương-Phụng là thầy thuốc huyện Thoại-an, cứ sát sanh, lại phóng sanh nửa và hay mướn khắc các bản kinh khuyến thiện. Ngày kia bịnh ngặt, chiêm-bao thấy hai quỉ-sứ bắt hồn dẫn đi đặng nửa đường, ngó lên trên thinh không có ba vị, một vị mặc áo vàng nói lớn rằng : « Ấy là Vương-Phụng hay khắc bản kinh in cho thiên-hạ, mau thả hồn về. » Hai quỉ y lời. Vương-Phụng tỉnh dậy thuật chuyện, mạnh giỏi như thường, nên lo việc in kinh làm lành. Sau tu thành tiên.

IV. — Dương-Sâm là tấn-sĩ, ở huyện Huỳnh-nham. Lúc chưa thi đậu, thấy trong làng khắc bản in kinh Cảm-Ứng và kinh Hồi-dương-nhơn-quã mà in cho người. Dương-Sâm xét mình ít tiền, thấy tấm bản số 17 chưa khắc, xin chịu tiền nội một tấm ấy. Tối chiêm bao thấy ông thần mách bảo rằng : « Cho chàng trúng theo số bản kinh. » Sau thi đậu tấn sĩ thứ 17. Lấy đó mà suy : khắc bản kinh không luận tiền nhiều ít, quí tại lòng thành.

V. — Phương-thời-Khả ở huyện Hữu-Ninh, nhà nghèo mà hay bịnh. Gặp người lạ nói rằng : Ngươi nghèo mà không con, số có 36 tuổi. Nếu muốn đặng phước, thì phải làm lành. » Thời-Khả về rán sức khắc các bản kinh, quyết in cho thiên-hạ. Khắc mới phân nữa, bịnh giảm năm phần, khắc rồi thì hết bịnh. Sau sanh hai người con trai, lớn đều vinh hiển. Thời-Khả cũng đặng sống lâu.

VI. — Trần-tòng-Hiền ở huyện Ngô-môn, năm canh-ngũ, trào vua Gia-Khánh, tháng mười một, nội xóm trong thành bị lửa cháy. Người trên thành ngó thấy có một người lớn cao, đứng trên nóc nhà Tòng-Hiền mà chữa lửa. Ai nấy đều lấy làm lạ. Không bao lâu các nhà xung quanh đều bị cháy hết, trừ ra một nhà Tòng-Hiền khỏi cháy ! Ai nấy đồng hỏi thăm vì cớ nào mà khỏi bị hỏa-hoạn ? Tòng-Hiền nói : « Trong nhà có bản Cảm-Ứng và bản kinh Hồi-dương-nhơn-quã, không biết phải nhờ đó mà khỏi chăng. »

VII. — Huyện Tiền-đường có ông văn-học giỏi, là Hứa-đình-Du, bày tụng kinh Cảm-Ứng, để thờ trên bàn, tối sớm coi theo mà ở. Đêm nọ ăn cướp tới động cửa, chúng nó xày-xẩm không thấy đường mà vô, hoảng hồn bươn hết. Sau Đình-Du hay sự ấy, càng cám ơn thần, khắc bản in thí, nhà càng khá hơn.

VIII. — Cống-Sanh (cử-nhơn) họ Uông ở huyện Lục-hiệp. Ngày nọ chiêm-bao thấy vào chùa ông Văn-Xương đế-quân có đôi liễn :

Thiên thượng chủ tể hữu nhãn, đơn khán tâm điền :

Nhơn gian văn tự vô quyền, toàn bằng âm-đức.

Nòm : Chủ-tể trên trời có mắt, cứ ngó lương-tâm :

Văn chương dưới thế không quyền, trọn nhờ ơn đức.

Họ Uông ý muốn khắc câu đối đó vô thiện-thơ (kinh) mà cho đời hiểu sự chiêm-bao thấy liễn để-quân nhứt định sự đậu rớt như vậy mà sửa lòng. Xảy thấy ông thần bước ra vòng tay nói rằng : « Lệ thượng in một trăm cuốn thiện-thơ cho người, thì sống thêm một kỉ (12) tuổi. Nếu in thêm đôi liễn nầy vào, cho đời rõ tích thần thánh thưởng phạt, tin mà sửa lòng, phước thọ nhiều lắm. »

IX. — Tạ-thiệu-Thuyên ở huyện Huyền-Bình, bốn mươi tuổi mà không con, lấy làm rầu lắm. Có người khuyên y, cho vay đừng ăn lời nặng, rán làm nhiều việc lành, và khắc bản in kinh cho người mà cầu con thì đặng. Thiệu-Thuyên tin lời làm liền. Vợ bịnh yếu đặng mạnh, sau sanh ba đứa con trai đều mạnh mẽ. Vợ chồng tinh sự linh nghiệm nên làm lành thập bội hơn xưa.

X. — Họ Ngô ở Hàng-châu làm chức võ, sức mạnh đánh quờn hay lắm. Ngày nào cũng xúi chúng kiện thưa và ra tay giúp sức. Ngày kia họ Ngô đi với chúng bạn, ngồi nghỉ tại cầu Liên-Kiều, gần cửa chùa ông Tưởng-tướng-công. Ngô thấy trong chùa có một người đương coi đọc kinh Hồi-dương-nhơn-quả. Họ Ngô cười và ngạo rằng : « Kinh ấy là nói gạt đàn-ông dốt, đàn-bà quê, chớ như bực văn học viên-quan lễ nào chịu đọc mà khen ngợi ! Thức cười cho ông văn-học hồi trước, bày đặt đều huyền hoặc làm chi ? » Nói chưa dứt lời, vùng té nhào học máu cả chén ! Bạn hữu hỏi thăm họ Ngô nói : « Thầy con quỉ lên cốt đứng dựa bàn thần, nạt lớn một tiếng, hết hồn mà té. » Cách ba ngày, họ Ngô thác. Trương-đảnh-Ngọc ở huyện Tiền-đường thấy tợ mắt, mà thuật chuyện ấy lại.

XL. — Niên hiệu Gia-Khánh, năm thứ 12. Trương-tử-Anh có một đứa con trai lên-bỏng bịnh nghịch. Mấy thầy thuốc chạy hết. Tùng cậy họ Khuôn thỉnh tiên, đặng xin toa thuốc. Uống tuy khá, mà da mỏng còn lở lầy. Thỉnh tiên nữa. Ngài cho toa thuốc rắc và dặn như vầy : « Đứa nhỏ nầy số vắn, tuy cho thuốc lành mạnh, sau cũng khó nuôi, ngươi phải rán làm phước, cầu trời cho thêm tuổi. Đám Nghê-tượng-Hồng ở ấp nầy mới khắc bản Hồi-dương nhơn quả, ngươi phải phát tâm in ba trăm cuốn mà cho người, thì nuôi đứa con ấy mới được. » Tử-Anh y lời, thiệt con mạnh.

XII. — Kim-biến-Tam tự Chấn-Tổ ở huyện Hưu-Ninh. Thuở nay làm đền chi cũng giữ theo kinh Cảm-Ứng với kinh Hồi-dương-nhơn-quả lậm gốc. Nếu gặp ai làm dữ, thì hết sức giảng dạy khuyên can. Mùa thu năm Giáp-tuất, đi qua đò Nghiêm-lăng sông Thất-lý, bị tố lớn quá gẫy bánh-lái hư ghe thiếu chút nửa mà chìm đò. Bộ-hành ai nấy hải kinh Xảy đâu ngó thấy trong đám mây đen có ông thần bận giáp vàng tay cầm cờ đỏ, phất và nói lớn rằng : « Trong đò nầy có ba người tu theo kinh Cảm-Ứng với kinh Hồi-dương-nhơn-quả, phải bảo hộ cho an ». Các người trong đò đều xúm lạy, vì đồng nghe đồng thấy. Chủ đò hỏi thăm nội bộ-hành trong đò, có ai tu theo kinh Cảm-Ứng với kinh Hồi-dương nhơn quả ? Thì có họ Hứa ở phủ Nam-xương, họ Du ở huyện Gia-hưng với ông Kim-chấn-Tổ là ba vị.

XIII. — Cung-giai-Dỉnh ở huyện Võ-lâm, vợ là Lý-thị, mang bịnh bỉ-mãn (lâm-bụng) hai mươi năm, mỗi lần đau bụng gần chết, cũng giống bịnh cổ-trướng, uống các thứ thuốc không hết. Giai-Dỉnh vào chùa ông Văn-xương-đế quân lạy vái, nguyện khắc bản kinh Âm-chất và kinh Hồi-dương-nhơn-quả, in với các thiện-thơ mà cho người, vái cho vợ lành bịnh. Hèn lâu Lý thị mới mạnh. Còn em ruột là Cung giai-Úy, vợ là Từ-thị nghén song-thai, giờ thìn đẻ một đứa, còn một đứa trong bụng tới giờ dậu mà chưa ra, mẹ con mệt xỉu, nội nhà hải kinh. Giãi-Úy vào chùa Văn-xương, qui lạy nguyện in thí kinh Âm-chất chú giải với Hồi-dương-nhơn-quả, năm trăm bộ, cầu cho vợ sanh thai mạnh khỏe. Thiệt sanh mau mắn, mẹ con đều bình an. Còn người chú là Cung-Chương đau bịnh trĩ (ghẻ dưới giang-môn), mấy năm ngồi thì đau nhức. Lạy Văn-Xương đế quân, cầu cho hết bịnh thì in kinh. Vái rồi lạnh mình bắt rung như rét, trong bụng lạnh ngắt như uống nước đá lần lần hết bịnh.

XIV. — Quan hình thơ là Trầm-lộc-Minh ở quận Trát, phụng chỉ về kinh đô, vợ phát bịnh nặng. Lộc-Minh lạy cầu Văn-xương-đế quân xin cải ác tùng thiện, lo khắc bản in kinh. Người nhà vào chùa kêu Lộc-Minh, nói bà đã tắt hơi, Lộc-Minh về nhà, vợ đã sống lại nói : « Thiếp bị quỉ bắt dẫn đi, nửa đường gặp ông thần xưng là Trị-nhựt công-tào nói rằng người chồng có vái, nên đế-quân bảo tha về ». Nhằm ngày 19 tháng 6, Đạo-quang năm thứ ba.

XV. — Hạ-chi-Sanh ở huyện Trừng-giang, ngụ Kinh-đô nhớ mẹ già ở nhà 70 tuổi. Rằm tháng bảy, năm Quí-mão vào lạy đế-quân, nguyện in kinh Âm-chất với kinh Hồi-dương-nhon-quả cho đời, cầu mẹ trường thọ mạnh-khỏe. Không bao lâu đặng thơ nhà gởi qua nói : « Mẹ đau phát bối đã lâu, rằm tháng 7 vùng hết ».

XVI. — Lưu-quân-An ở xứ Dương châu làm chức tùng-sự theo quan Lại-bộ. Mẹ theo ở tại Kinh-đô, phát bịnh mẹ mằn. Quân-An ở xa chùa Văn-đế, nên chồng ghế lên cho cao, đầu canh năm lên ghế cao, lạy ngay phía chùa Văn-xương đế-quân, cầu cho mẹ mạnh, thì khắc bản in kinh cho thiên-hạ, giây phút bà mẹ tỉnh hồn nói rằng : « Ta bị một con qui bắt đi theo cả trăm tội nhơn bỏ tóc xả, mặt mày lem luốc. Xảy gặp ông thần chạy đến nói rằng vưng lịnh Văn-xương đế-quân bảo tha một mình ta về, nên mới tỉnh lại ». Nói rồi khỏe lần không uống thuốc mà mạnh.

(HỒI-DƯƠNG-NHƠN-QUẢ LỤC)

CHUNG

TỪ ÂN NGỌC-LỊCH MINH KINH

LỜI TỰA CỦA TÔ-LAN TỰ NHƠN-THU

Kinh Ngọc-Lịch nầy, gốc thầy tu hiệu Đạm-Si, gặp thần phật truyền bổn nầy, và giảng cho đời hiểu. Sau truyền lại cho đệ-tử là Vật-Mê đạo-nhơn (thầy tu để tóc) lưu truyền đã lâu, giảng đều quả báo minh bạch. Ngặt người đời, kẻ tỉnh mà ăn năn thì ít, mê mà không tin thì nhiều. Chê lành nhỏ mà chẳng làm, làm dử nhỏ không sợ. Cũng có người: đã biết tội xưa, muốn chừa lỗi cũ. Chưa làm lành bao nhiêu, mà mong đặng phước. Gặp sẵn dịp dễ lắm, liền cải lương-tâm! Trách chi ông thánh nói: « Người khác hơn cầm thú có bao nhiêu! » Thiệt là phải lắm. Coi các vị giàu sang trên đời, đều có căn lành theo Ngọc-Lịch. Còn kẻ khó hèn, tuy tại tội kiếp trước, song cũng phạm trong Ngọc-Lịch. Người sống bao lâu, ăn năn sao kịp! Kinh Diệc nói: « Coi làm việc lành, xảy gặp phước tốt. » Kinh Thơ nói: « Làm dử cầu may, ví như đạp nhằm đuôi cọp, hoặc đi trên giá mùa xuân, có khi nó tan ra nước mà sụp. » Lại nói: « Làm lành, trời cho phước xuống, làm dử, trời cho họa xuống. » Phàm làm người việc nào đã thấy trước con mắt chẳng sai, thì chớ lôi thôi lây lất. Tôi chưa dám chắc mình là không quê, song cầu cho khỏi tội nghiệp mà thôi.

Niên hiệu vua Gia-Khánh, năm Kĩ-mão tháng 11.

LỜI TỰA CỦA KIM-DẦN Ở HUYỆN TIỀN-ĐƯỜNG

Người quân-tử lập thân, làm việc nào mà không lành. Miễng giữ theo lương tâm trời phú, cho khỏi tội với trời đất quỉ thần mà thôi. Nếu muốn làm gì thì làm, không sợ phép trời, chẳng tin báo ứng, thì càng ngày càng tệ, còn dạy nổi gì! Tuy ông thánh nói: « Làm lành trời trả phước, làm dử trời trả họa. » Họ nói: « Lành không chắc phước, dử không chắc họa. » Như vậy các án trốn khỏi lưới dương-gian, chẳng là bỏ qua sao? Đời tệ như vậy, người quân-tử mới giảng làm sao? Nay có kinh Ngọc-Lịch truyền ra, khắc bản tới lần thứ tư, dạy dự phòng nghiêm nhặc, giảng quả báo rõ ràng, ai đọc tới cũng giựt mình sợ tội. Làm lành tuy không cầu phước mà có phước, làm dử sợ họa cũng không khỏi. Nếu không biết kiêng có trời soi xét, thì làm dử luôn luôn. Xem kinh nầy mỗi việc coi như có thần biên tội phước, ở phải thì ngó trời đất, mình cũng không hổ thẹn, là đủ rồi.

Niên hiệu Đạo-quang, năm Nhâm-ngũ, tháng 9.

LỜI DẶN CŨNG CỦA ÔNG KIM-DẦN

Kinh Ngọc-Lịch nầy, ghi xét công quá, phân biệt ngay gian, linh hiển rõ ràng, quả báo trước mắt. Ai làm lành thì đặng phước, ai làm dữ thì mắc họa. Kẽ dử mà ăn năn cải ác tùng thiện, lâu ngày cũng đổi họa ra phước. Lời dạy rẻ rồi, dẫu đàn bà con nít, nghe cũng hiểu mà giữ theo. Nếu ai không tin, gọi chuyện đặt đều, như phụ chiếc thuyền lành với mình cơn té sóng, không chịu leo lên, thì phải bị chìm nơi biển khổ, sa Địa-ngục đã đành rồi. Tôi ước ao cho các vị quân-tử, để cuốn kinh nầy trên bàn, dựa đầu nằm, hằng ngày xem đọc, mắt thấy lòng mê, thì răn mình không dám quấy. Như vậy thì hiệp theo lời thánh dạy, lành gặp phước, dử mang tai. Nếu chừa lỗi làm phải cho trọn lành, tôi mừng giùm lắm.

PHỤ TRA NIÊN HIỆU KINH NGỌC-LỊCH

Thầy Đạm-Si Hồ-tăng (sải nước Hồ, nước Liêu).

Tên Kinh-Ngô, năm canh-ngủ, nước Liêu, niên hiệu Thái-bình thứ mười.

Nhằm trào Tống, vua Nhơn-Tông, niên hiệu Thiên-Thánh thứ tám (1030) năm canh-ngủ, ngày trùng-cửu, Đạm-Si đi núi, gặp kinh Ngọc-Lịch.

KINH NGỌC-LỊCH

ÔNG TỬ-HOÀNG LÀ THẦN ĐÔNG-NHẠC DẠY

Trời đất không tư-vị, thần minh xét soi. Chẳng vị cúng tế mà cho lành, không trách thiếu lễ mà cho họa. Có quyền đừng ỷ thế lắm, giàu đừng xài phí lắm, nghèo khó đừng dối trá lường gạt tham gian. Bởi vì ba bực ấy, trời sẽ cho luân-phiên xây vần, giáp vòng trở lại ban đầu như đồng hồ vậy. (Nếu có quyền mà ỷ thế quá, thì mau hết thế, tới thất thế sẽ bị báo cừu. Giàu xài phí quá thì hưởng mau hết phước, trở nên nghèo mà chịu khổ. Còn kẻ nghèo nếu biết kiếp trước tội nặng, nay chịu trả quả, phải ăn năn thủ phận không dám làm quấy, hết vận bĩ, tới vận thới, trời cho trở nên khá. Nếu liều mạng gian tham, khi trá, lường gạt, giựt của chúng, là chuốc thêm tội, trời phạt chồng án tới giả, e để họa dư cho con cháu khổ nữa, vì phạt đời mình chưa hết.) Cho nên mới làm lành một ngày, tuy phước chưa tới, mà họa đã lánh xa (như tai qua nạn khỏi). Hoặc mới làm dữ một ngày, tuy họa chưa tới, mà phước đã lánh xa (như sẽ gặp sự may, mà khiến ăn trợt.) Người làm lành như vườn cỏ mùa mưa, tuy chẳng thấy lớn, mà càng ngày tốt tươi. Người làm dữ như đá mài dao, tuy chẳng thấy hao, mà càng ngày mòn mỏi. Phải nhớ mà răn lòng đều nầy, đừng làm những việc tốn của người cho đặng lợi mình, phải cử kiêng cho lắm. Thà làm một mảy lành, tìm phương giúp cho tiện sự người con bất tiện. Khuyên người chớ làm một mảy dữ. Ăn mặc tùy theo bổn phận, độ cho vừa sức mình, từ nhiên vui vẻ. Lựa là coi số mạng làm chi ? Xin xăm sủ quẻ bói khoa mà hỏi họa phước làm chi ? Ta nói sự họa phước chắc cho đời rõ như vậy : khinh khi gạt người thì mắc họa, độ lượng rộng và hay dung người thì đặng phước. Nếu nghe lời ta mà ở theo, quỉ thần kính phục, thiên hạ kiêng vì.

BÀI BỬU-CÁO DẠY BÁO-ÂN
của Huyền-thiên-thượng-đế

Nếu đọc tụng, chừa các đều dữ, làm các đều lành, thì khỏi họa. Lạy ba lạy rồi tụng, hết rồi cũng ba lạy.

Huyền-nguơn ứng hóa, Võ-khúc phân chơn. Thùy niệm ngã đẳng chúng sanh, hữu tướng thoát sanh phụ mẫu. Hoai đam thập ngoạt, nhũ bộ tam niên. Tân khổ bá thiên, ân cần thốn niệm. Liên ngã phụ mẫu, nhựt tiệm suy hũ. Ngã kim trì niệm bình đẳng, tất diệt hiềm tuấn tham sân. Lễ đế vi sư, kỳ ân báo bổn. Nguyện ngã : hiện tại phủ mẫu, phước thọ tăng diên. Quá khứ phụ mẫu, tảo đắc siêu sanh. Đại thánh đại từ, đại nhơn đại hiếu. Bác thập nhị hóa, báo ân giáo chủ hựu thánh chơn vỏ trị thế phước thần, ngọc hư sư tướng, Huyền-thiên-thượng-đế, kim khuyết hóa thân, chung kiếp tế khổ thiên-tôn.

Giải nghĩa kinh Báo-ân của Huyền-thiên-thượng-đế,
Đức Huyền-thiên-thượng-đế, thương chúng tôi có cha mẹ, ơn mang mền mười tháng, cho bú ba năm, cay đắng trăm bề, tất lòng lo lắng nuôi con. Nay thương cha mẹ tôi càng ngày già yếu, tôi nguyện tụng kinh nầy, thì lòng ở công bình ngay thẳng, bỏ lòng độc hiểm, tham lam, giận hờn. Thì đức Huyền-thiên-thượng-đế làm thầy, lạy tụng cầu cho cha mẹ tôi còn sức khoẻ, thì đặng mạnh và sống lâu, nhờ trời : thêm tuổi ; còn như mãn phần rồi thì được siêu thăng. (Từ ấy sắp sau là trước ngài dài lắm.)

MƯỜI ĐIỀU CẤM CỦA ĐỨC VĂN-XƯƠNG ĐẾ-QUÂN.

1· — Cấm chẳng ngay chúa (chũ) chẳng thảo cha mẹ, bất nhơn, phi nghĩa. Phải ngay chúa, thảo cha mẹ, ở thiệt tình với người.

2· — Cấm không đặng tính mưu kế lấy của người cho lợi mình. Phải làm âm-chất (âm-đức) mà cứu giúp thiên hạ,

3· — Cấm đừng sát sanh mạng vật mà ăn, nếu trùng kiến vô-cớ cũng đừng sát hại, là lòng nhơn với vật mọn.

4· — Cấm tà-dâm huê-nguyệt, giữ giái-kỳ, là kĩnh vía thần.

5· — Cấm không đặng phá hư việc tốt của người, cho thất công người. Đừng làm cho rời rả kẻ ruột thịt của người. Phải cứu giúp bà con mình anh em chị em cho hòa thuận với nhau.

6· — Cấm nói dèm-siễm, chê bực tài hiền. Không đặng kiêu ngạo khoe mình, phải khen tài năng sự phải của người. Còn mình có công lao cũng không kể không khoe, đừng xưng mình giỏi (khiêm).

7· — Cấm say rượu, phải cữ thịt trâu, thịt chó. Phãi ăn đồ hiền, kiêng đồ độc, theo cách vệ-sanh cho khỏi bịnh.

8· — Cấm tham lạm không nhàm, bỏ đẩy buộc chặc không bố-thí. Phải giữ chữ cần chữ kiệm, có dư mà giúp kẻ nghèo.

9· — Cấm kết bạn với kẻ quấy, hoặc ở xóm tiểu-nhơn, gần kẻ nết xấu. Phải thân với người tài đức mà bắt chước.

10· — Cấm không đặng bạ nói bạ cười, làm đều trái lẽ. Phãi giữ mình ít nói, giữ theo đạo nghĩa đức hạnh mà ở.

ĐỨC VĂN-XƯƠNG-ĐẾ-QUÂN DẠY RẰNG :

Loạn-luân là bà con lấy nhau, phạt đọa ngục Vô-gián bị hành bảo lạc 1500 lần tội loạn-luân nặng hơn tội tà-dâm với người ngoài. (Bảo-là cột đồng trống ruột cao 20 thước, đổ lửa than trong ruột cột đồng đốt cho đỏ, rồi quỉ-sứ xiềng hồn tội cho ôm cột đồng mà đẩy lên, cháy tiêu thành thang rớt xuống, lại huờn nguyên hình như trước mà hành nửa cho đủ 1500 lần) Nếu ai biết tội ăn-năn trước, thì chừa lỗi, làm công mà chuộc tội đừng phạm loạn-luân dâm ác nửa. Còn kẻ văn học đặt tuồng huê-nguyệt cho hát bộ hát, bài ca dâm, thơ dâm, vẽ hình tục tĩu, hoặc in mà bán, làm cho người tập thói dâm, hại hư phong hóa, hoặc mướn hát tuồng dâm, đều bị tội nặng, thác cầm vào ngục Vô-gián (Vô-giáu nghĩa là không hở) Giã, rồi xay, rồi bào-lạc, rồi nấu dầu, hành xày vần hoài không hở. Gái trai hành như nhau.

Thầy Liên-trì hòa-thượng nói : « Ai thấy tuồng dâm truyện dâm, hoặc đọc lời huê-nguyệt, xem hình ảnh tục-tĩu, đều động tâm sanh ra dâm loạn. Những tuồng dâm như truyện Tây-sương-ký, đặt chuyện Trương-quân-Thoại với Thôi-oanh-Oanh mà hát cho đời mê mẫn, thiệt không phải người tài-tử với giai nhơn mà làm nết xấu nguyệt-hoa như vậy. Nếu các viên quan có quyền thế, đốt tuồng truyện ấy, hoặc hủy biệt đi thì được phước lớn vô cùng. Còn con người ai cũng muốn sống, vật nào cũng sợ chết, nỡ nào giết nó ăn thịt cho bổ mình, dành đoạn chặt đầu lột da, thọc huyết cắt cổ, nhổ lông đánh vảy, bầm xắt luộc nướng đau rát khó kêu oan ! Làm tội ác mà gây oan-báo muôn đời, đến thác bị hành tội rồi còn phải đầu-thai mà thường mạng nhiều kiếp. Sau đặng làm người, tật bịnh, chết yểu, hoặc bị hùm tha, rắn cắn, đao binh, hành hình, thuốc độc, vân vân, đều bởi hay sát sanh mà khổ đó. Nay ta khuyên đời, chẳng phải biểu ăn chay trường hết, song khuyên trước cử sát sanh. Nhà nào cử sát sanh thì phần phật phò hộ, khỏi tai họa, ít bịnh, sống lâu, con thảo cháu hiền, đặng các đều may phước lớn, kể chẳng xiết. Nếu có của dư phóng sanh, thả rùa trạnh chim cá, tụng kinh niệm phật, chẳng những hưởng phước thọ mà thôi, thác hồn được lên Thiên-đường, hoặc về Tây-phương, khỏi luân-hồi nửa, có đâu sa Địa-ngục mà chịu hành hình. Ai có phước, thấy lời ta khuyên, mau hồi tâm chừa dử làm lành cho sớm, đừng để gần thác, ăn-năn không kịp. Nếu làm chẳng đặng, cũng rán khuyên, người.

LỜI BỬU - HUẤN
của Ông Lữ-lỗ (Lữ-đồng-Tân) giáng cơ :

Con người linh hơn muôn vật. Sao người đời không biết thân mạng, cứ biết một sự dâm-ác. Sự dâm-ác dầu vua chúa quan dân xưa nay đều bị hư hại, vì dâm ác mà quên nước, quên nhà, quên danh, quên mạng, không kể gươm đao nước lửa mà mê theo dâm-ác, không cần thể diện tội phước, hại biết chừng nào ! Đức Văn-đế chỉ dụ : « Muôn tội dữ, án tà - dâm đứng đầu ! » Lại dạy rằng : « Nếu cố dâm-ác thì hư trăm việc. » Hai câu ấy thiệt hay lắm, quả lắm ! Người đời thái quá tới loạn luân không cần lớn nhỏ, cũng vì thói tà dâm ! Không kể thân mạng, thể diện, danh giá, tiền của cũng vì tà-dâm ! Không rõ vì cớ nào thói tà-dâm truyền nhiễm khắp thế gian như vậy ! Song bọn ấy có kẻ mắc họa, có kẻ tuyệt-tự, xuống âm-ti còn bị ngục hình. Các người giữ lòng tự nhiên ngay sạch, mới là đáng bực anh hào. Chẳng nói lầm chi tới bực thượng-sĩ là khó đặng, miễn các ngươi chừa lỗi củ, thì thờ thần cầu vái mới linh, khỏi thác yểu cho trọn danh con thảo, và dạy con cháu em út tập theo gương tốt của mình. Lời ngay phải chịu nghe, thuốc uống phải lo uống. Các đệ-tử khá nhớ đừng quên ! Nếu mình may khỏi phạm, thì biên lời ta khuyên đây mà dán trên vách cho em út con cháu coi, kẻ khác cũng thấy mà sửa nết.

Thương mạng vật thì sống lâu.	Tiếc cơm gạo thì giàu được.
Trọng giấy chữ thì làm quan.	Dè lời nói thì đặng phước.
Làm gương tốt cho cháu con.	Đừng phạm tội nơi trời đất.

LỜI DẠY CỦA CỮU-THIÊN TƯ MẠNG TÁO-QUÂN

Ta tuy coi sổ cái tại Cữu-thiên, mỗi năm 24 tháng chạp tâu một kỳ. Song mỗi nhà đều có Táo-quân thay mặt cho ta, mỗi tháng chạy tờ công quá mỗi người cho ta gài vào sổ chánh. Ta chẳng nở cho đời phạm tội vì lầm lỗi, nên dạy sau đây : Cấm đốt giấy chữ trong bếp, vì sợ tro ấy nửa đổ nhằm chổ dơ. Cấm ca, khóc, hoặc chưởi rủa, mắng nhiếc trong bếp. Chẳng nên đâm hành tỏi trong bếp, hoặc bửa củi trước bếp. Cấm bỏ lông gà, xương thú, củi dơ trong bếp. Cấm hơ giày, guốc, y phục, hoặc đạp chơn ngay bếp (ngồi chồm-hổm ngay bếp), hoặc quét động vô bếp. Cử ăn thịt trâu thịt chó, thì trong nhà bình an. Nếu ai lỏa-lồ trong bếp, phạt nặng. Nhứt là cấm gỏ gạt trên bếp, cạo dẫy chảo nồi trên bếp.

TÍCH ĐÔI LIỄN ÔNG QUAN-ĐẾ

Tại phủ Hàng-châu, tỉnh Chiết-giang, có người Tú-tài là Trương-đại-Mỹ, ở phía tã núi Ngô-san, thuật chuyện rằng : «Hồi ta tắc hơi, hồn đến ngoài thành Phong-đô vào lạy Quan-đế mà khóc. Quan-đế hỏi : «Tới số thì thác, lạy khóc ích chi ? » Ta bèn tâu : «Tôi cũng biết thác rồi không lẽ sống lại, song thương mẹ già không ai nuôi, nên đau lòng mới khóc.» Quan-đế hỏi : « Ngươi có con chăng ? » Tâu : « Con tôi mới bốn tuổi. » Quan-đế nói : « Như vậy để ta tâu cho. » Giây phút kêu ta mà nói : « Ta đã tâu rồi, Thượng-đế khen ngươi có hiếu, cho sống thêm một kỉ (12 tuổi). » Liền cho ta uống một chén nước trà và dạy rằng : « Chùa ta khắp trong thiên-hạ, treo liễn rất nhiều, song không vừa ý ta, nên ta đặt một đôi liễn như vầy đây, ngươi coi cho nhớ, về mà truyền cho thiên hạ. » Ta coi thấy :

Số định tam phân, phò Diêm-hán, tiễu Ngô phạt Nguy, tân-khổ bị-thường, vị liễu bình sanh sự nghiệp.

Chỉ tồn nhứt thống, tá Hi-triều, phục ma đảng khấu, oai-linh phi chấn, chỉ hường đương nhựt tinh trung.

THÍCH NÔM : Số trời định ba phân, phò Diêm-hán, đánh Ngô dẹp Nguy, cay đắng nếm đều, sự nghiệp bấy lâu chưa dứt.

Lòng ta thâu một mối, giúp Hi-triều, trừ yêu dẹp loạn, oai-linh dậy khắp, tình trung thuở ấy vừa xuôi.

Ta đọc thuộc rồi, lạy tạ ơn. Quan-đế cho đưa hồn ta về nhập xác, sống lại biết dả liệm rồi. Ta liền kêu lớn, bão giở nắp săng cho ta ra. Ra rồi thuật chuyện vân vân, té ra quên bết nửa câu liễn trước ! Cặp con mắt lại không còn thấy dường ! Giây phút nghe gõ cửa, mẹ ta chạy ra trước, thấy một người bận áo xanh, đưa phong thơ mà nói rằng : « Xin trao thơ nầy cho con bà xem. » Mẹ ta nói : « Con tôi bịnh con mắt, coi thơ sao đặng ? » Người áo xanh nói : « Ấy là toa thuốc, bà trao cho mau. » Mẹ ta đem vào trao liền. Ta xé thơ xem thử thấy chăng ? Té ra mắt sáng như xưa, coi rõ là nửa câu liễn trước ! Kẻ xa người gần, đều lấy làm lạ ! Hứa-triệu-Đình ở Nhơn-hòa nghe ta đọc, liền biên đôi liễn ấy, khắc treo tại chùa ông núi Ngò-san, lại có khắc một tấm bản thuật chuyện sự tích đôi liễn, mà treo trước cửa chùa, cho kẻ có hiếu xem, kẻ bất hiếu biết chừa lỗi. Xin ráng lưu truyền.

KINH-NGỌC-LỊCH của Thập-Vương dọn kiểu,

Thượng-đế có phê, cho truyền trung-giái, cải ác tùng thiện

Nguyên ngày ba mươi tháng bảy, Địa-Tạng-vương bồ-tát ăn vía sanh, bởi ngài làm chức U-minh giáo chủ, cai trị mười vua thập-điện. Nên bữa vía ngài, thập-vương với các vị thần đều đến chầu mừng. Địa-Tạng-vương phán rằng : « Ta muốn siêu-độ chúng sanh, nên mỗi năm ngày vía nầy, ta truyền ân xá các phạm tội nhẹ được đầu-thai, tội nặng thì giảm bớt. Ngặt người đời làm lành có ít, làm dử rất nhiều, ta thấy thập-vương các ngục hành hình thảm-thiết ! Vậy phải tra xét cho kĩ, những ai tại dương-thế biết ăn năn chừa lỗi, có khuyên đời làm một hai đều lành, thì trừ bớt tội cho nó. » Thập-vương tâu : « Chúng tôi y luật hội-nghị : « Nếu ai làm lành tự nhỏ đến già, thì đưa lên cỏi thần tiên. Còn kẻ công quã bằng nhau, khỏi hành tội, đặng đầu-thai kiếp khác như thường. Nếu công ít, quã nhiều, thì hành tội tùy theo dư quã nhiều ít, rồi cho đầu-thai làm kẻ khó hèn. Nếu biết chừa lỗi làm lành, kiếp sau sẽ cho đầu-thai hưởng phước. Nếu còn làm dữ nữa, sẽ bắt xuống hành hình, rồi cho đầu-thai cùng khổ đáo để, sống chịu họa tai, đến thác sẽ giam vào Địa-ngục, không đặng luân-hồi nữa. Còn kẻ quã ít, công nhiều, trừ còn dư công, thì đặng đầu-thai hưởng phước giàu sang trường thọ. Trừ ra tội bất trung là phản chủ, bất hiếu với ông bà cha mẹ, hoặc là liều mình (tự-vận), hoặc sát sanh thái quá, không tin luân-hồi báo ứng. Cứ nói theo tục-ngữ : « Người thác thì hồn phách tiêu tan hết, bỏ xác thúi rồi, còn hồn đâu mà bị hành tội, nơi âm-phủ. Thường thấy người sống bị tội, nào thấy ma chết mang gông, chết rồi thì thôi, còn biết sự gì nửa ! » Mấy lời ấy là quê lắm ! Tuy thác thì bỏ xác, chớ linh-hồn còn hoài, sống làm dữ bao nhiêu, thì thác bị hành tội bấy nhiêu. Mấy kẻ bày đặt nói tước, cho người không tin âm-phủ, thì đã bị giam Vô-gián địa-ngục không đặng đầu-thai. Người đời tuy thấy kinh sách tam-giáo giảng dạy, song không tin, **rất uổng công tiên phật thánh thần dạy bảo**. Trăm người không có một người tin mà cải ác tùng thiện, nên phải lập thêm địa-ngục mà hành hình mới đủ. Nay Bồ-tát thấy vậy mà thương, truyền chỉ chế giảm. Chúng tôi cũng vưng lời, cho các người dử chịu hồi tâm, ngày vía Bồ-tát với các ngày vía chúng tôi, ăn chay thệ-nguyện thiệt tình ăn năn, cải ác tùng thiện, không dám làm dử nữa, rán sức làm một đều lành chi đó, sau thác xuống hồn khỏi bị hành tội. Trừ ra tội tôi chẳng ngay, con chẳng thảo, hoặc giết mình, hoặc làm mưu hại người lương thiện, đến nỗi phải bị trời đánh, chết trời, chết thiêu, cọp ăn, rắn cắn, thì hồn xuống âm-phủ phải chịu hành phạt, song cũng chế giảm một bực vì sự ăn năn chừa lỗi. Nay chúng tôi truyền, các phán-quan biên hết các sự tội phước, sống làm đều lành nào, mà được phước chi, làm đều dử nào, thác bị hành ngục chi, ai ai nghe qua cũng hiểu, để dưng cho Bồ-tát xem. Đợi gặp ai có đức hồi-dương, sẽ lưu truyền cho thiên-hạ. »

Khi ấy phán-quan điện nào, biên theo điện nấy, thành ra bổn Ngọc-lịch, dưng cho Địa-Tạng-vương xem. Ngài khen hay.

Qua mồng ba tháng tám, ngài với thập-vương chư thần đồng dưng Ngọc-lịch cho Thượng-đế ngự duợt. Thượng-đế phán rằng: « Hay lắm !! Từ nầy chư-thần rán xem xét, người đời nguyện chừa lỗi không phạm nữa, làm một sự phước thì cho trừ hai tội củ, năm đều phước cho trừ hết tội xưa, lại đặng phép làm siêu-độ cho thân-quyến nữa ; trai đặng đầu-thai phú quí, gái đặng đầu-thai làm trai. Thành-hoàng Táo thần tuân chỉ.

VUA TẦN-QUẢNG NGỰ ĐỀN THỨ NHỨT

Làm điều lành nào, được thưởng phước, kể ra sau đây :

1· — Lượm giấy chử nho, đốt trong trả, đỗ tro xuống sông, thì được con thảo cháu hiền. Nếu đốt trong bếp thì có tội.

2· — Đốt các thứ thơ truyện hoa-nguyệt, cho khỏi hư phong-tục, hoặc làm lành làm phước, đều hưởng phước và sống lâu.

Làm đều dử chi, phạt tội gì, kể ra sau nầy :

1· — Liều mạng giết mình, cho người mắc họa, phạt làm ngạ-quỉ (ma đói).

2· — Các sải ăn của thập phương mà tụng kinh thiếu hoặc chịu của người công-đức mà tụng kinh thiếu, đều phải tụng bổ lại.

Tần-Quảng-vương cầm sổ sống thác, trị việc âm-phủ. Đền ở tại dưới biển lớn, chành hướng tây, theo đường Hắc-đạo suối vang. Phàm người lành mãn phần, thì cho người tiếp dẫn lên Thiên-đường, hoặc về Tây-phương. Còn ai công quả bằng nhau, thì giải qua cửa thứ mười cho đầu thai, hoặc gái làm trai, hoặc trai làm gái, mắc nợ nần thì trả quã cho nhau. Nếu công ít quã nhiều, thì dẫn qua phía hữu cái đền, lên đài

Nghiệt-Cảnh mà soi. Đài cao 11 thước mộc, treo kiến lớn mười ôm, day mặt qua hướng đông, trên đề bảy chữ rằng : « Nghiệt-Cảnh đài tiền vô hão-nhơn. » Các hồn soi thấy bình sanh làm việc chi, đều ứng đủ lớp lang như hát bóng, nên chối không được. Tới đó mới hay rằng : « Muôn lượng vàng ròng đem chẳng đặng, cả đời hẳn có tội theo mình. » Soi kiến làm án rồi, sai quỉ giải hồn qua cửa thứ nhì cầm ngục hành tội. Người không kể cha mẹ sanh thân, vì sự tức giận mà tự vận, thắc họng trầm mình, uống thuốc độc, hoặc kiếm cớ chi mà liều mình, không đợi tới số đòi hồn mà chết về nghiệp giết mình (trừ ra vì trung hiếu tiết nghĩa mà liều mình thì đặng thành thần) kể vì sự nhỏ mọn mà giận lẫy, hoặc bị phạm tội sợ hành, tội chẳng đến chết, hoặc muốn liều mạng mà hại người mang họa, làm nư chơi mà ra chết thiệt cho người mắc họa, các hồn chết về nghiệp ấy, Táo-quân với chư thần, bắt hồn giải đến cửa đền nầy, giam vào ngục nga-quỉ, gặp ngày tuất ngày hợi, thì phải làm cách liều mình ấy, cầm 70 ngày, hoặc một hai năm, rồi dẫn hồn về ở chỗ liều mình, gia-quyến có cúng thì được về ăn, đốt vàng bạc giấy áo thì đặng lãnh. Nếu biết lỗi không hiện hình nhát người, hoặc không bắt ai mà thế, đợi mấy người trên Dương-gian bị làm nhơn mạng đặng khỏi họa, thì chư-thần giải hồn ấy đến đây, sẻ giải qua cửa thứ nhì tra công quả, nếu trừ rồi dư quả bao nhiêu thì hành tội và giải qua cửa khác hành nửa. Còn khi sống mà lòng mong liều mạng đặng hại người, hoặc hăm làm nhơn mạng cho ai, tuy liều mình mà chưa chết, cũng ghi tội hành hình, tuy có làm lành cũng trừ tội ấy không đặng. Lúc hồn còn ở chỗ liều mình, mà hiện hình làm ma nhát cho chúng sợ mà chết, thì sai quỉ mặt xanh nanh vút bắt hồn xuống hành tội cho đến kiếp, rồi cầm ngục mải không cho đầu thai.

Còn các thầy chùa, thầy pháp, thầy tu, người ta mướn tụng kinh mà tụng thiếu sót, chừng hồn xuống đây phải ở sở bổ kinh, chỗ ấy có đủ thứ kinh, chong đèn lưu-ly lờ mờ, mà tụng cho đủ các chỗ thiếu hồi đó. Dầu thầy chơn tu cho mấy cũng phải bổ cho đủ, vì ăn tiền người. Nếu kẻ tu tại gia tụng cho mình, có sái chữ đọc thiếu cũng không chấp, trọng tại có lòng thì đặng phước khỏi tụng bổ.

Ngày vía vua Nhứt-điện là ngày mồng một tháng hai, nếu ngày ấy ai ăn chay, đặt bàn trở mặt về hướng bắc, nguyện không làm các đến dữ, đọc trải qua bài nầy một bận, hoặc in Ngọc-lịch mà cho thiên hạ cải ác tùng thiện, đến mản phần trầm sai thanh-y đồng-tử rước hồn đem về Tây-phương.

VUA SỞ-GIANG NGỰ CỬA ĐIỆN THỨ NHÌ

Các đều lành đặng phước, kể ra sau nầy :

1· — Bố-thí cơm cháo, được hưởng phước giàu có.

2· — Thí thuốc cứu người, đời đời giàu sang.

Các đều dữ bị hành tội, kể ra sau nầy :

1· — Ban đêm tính việc quấy, phạt vào ngục Hắc-vân-sa cho cát mây đen đè mình, vùng vẫy không đặng.

2· — Các viên quan ăn hối lộ, đánh ép kẻ ngay, bắt chịu án oan, phạt giam hoài trong tù-xa, ló cổ ra ngoài mà chịu.

3· — Dỗ dành con nít làm quấy, bị cầm ao giá lạnh.

Sở-giang-vương ở dưới đáy biển nam, địa-ngục rộng năm trăm dặm do tuần, gồm 16 cái ngục nhỏ, kể ra đây :

1· Ngục Hắc-vân-sa   **2·** Ngục Phần-thỉ-nê (phần)

3· Ngục Ngũ-xa (đâm)   **4·** Ngục Cơ-ngạ (đói)

5· Ngục Tiêu-khát (khát nước)   **6·** Ngục Nung-huyết (máu)

7· Ngục Nhứt-Đồng-phủ (1 chảo đồng) **8·** Ngục Đa-đồng-phủ

9· Ngục Thiết đổi (cối xay sắt)   **10·** Ngục Bân-lương (dong lường)

11· Ngục Kê-trác (gà mổ)   **12·** Ngục Khôi-hà (ao tro)

13· Ngục Chước-triết (chặt khúc) **14·** Ngục Kim-diệp (gươm lá)

15· Ngục Hồ-lang (cáo, chó sói) **16·** Ngục Hàng-băng-trì (ao giá)

Nếu phạm tội dụ dỗ trẻ nhỏ, cạo đầu vô chùa làm sãi, làm cô vãi ; hoặc còn nhỏ tự ý cạo đầu vô chùa đi tu bỏ cha mẹ, mang tội bất hiếu ; hoặc ai gởi thơ (kinh sách) hoặc đồ đạt, cố ý nói làm mất mà làm của mình ; hoặc làm hại tai mắt tay chưn người ; không biết coi mạch làm thuốc bướn hại người mà lấy tiền ; hoặc nhà giàu bất nhơn mua mọi gái, sau người chuộc lại mà không cho ; hay là làm mai ham ăn của mướn, giấu tuổi, tráo tuổi, rõ biết gái trai có tật bịnh, gian giảo, mà nói gạt người, sau chúng bị tức tối ; các tội đã kể trên đó, tùy theo nặng nhẹ, giam vào 16 ngục hành cho đáng kiếp, rồi giải qua cửa thứ ba hành nữa.

Nếu ai giảng Ngọc-lịch, hoặc in cho thiên hạ, hoặc thấy kẻ bịnh nghèo mà cứu giúp, hoặc bố thí cơm cháo gạo tiền, hoặc biết ăn năn chừa lỗi, thì cho trừ tội trước khỏi tính, được qua cửa thứ mười đi đầu-thai làm người.

Nếu cữ sát-sanh, cấm con cháu không cho giết trùn dế và đến mồng một tháng 3 là ngày vía trắm, ăn chay nguyện phóng sanh, sau khỏi bị địa-ngục, được qua cửa thứ mười đầu-thai hưởng phước.

Xưa nay lượm giấy chữ thì sống lâu, ai cũng rõ biết. Nếu đạp giấy chữ, chẳng hề hưởng giàu sang phước thọ bao giờ. Như việc buôn bán đồ thiệt tốt, giá vừa phải thì nhiều người mua, lựa phải dán lời rao, vậy cho chúng tin miếng giấy áp tới mua nhiều sao ? Huống chi dán nơi vách trường, mặt chợ, mới thì coi tử-tế, lâu bị gió mưa rớt xuống bùn lấm ước nhẹp, kẻ muốn lượm cũng không thể lượm được. Cho đến chỗ dơ, thấy đầy những cán dù, cán viết, miểng sành, giày guốc, đều cũng có chữ trong đó, kẻ trọng chữ nghĩa, cũng không thể lượm cho hết. Nên ta khuyên đời phải xét cho kĩ, mà khuyên nhau rằng . « Giàu nghèo có phần số mạng, không phải tham mà đặng nhiều. Muốn đặng phước thì trước đừng làm tội, nếu làm tội như vậy, sao đặng nên nhà giàn có ? Nếu tin lời ta, thì đừng dán lời rao chữ nho. Các món vật dụng đừng viết chữ nho, in chữ nho, khắc chữ nho vào đó. Tự nhiên không cầu lợi mà lợi nhiều, chẳng cầu phước mà phước đến, là vì trọng chữ nho, không dụng đâu để đó.

VUA TỐNG ĐẾ NGỰ ĐIỆN CỮA THỨ BA

Làm lành được phước :

Lại cầu, sửa cầu cho thiên hạ đi, thần thường phò hộ.

Làm dữ phạt tội :

1· — Giết người mà lấy của, bị cọp nhai.

2· — Đoạt thơ của người không đem tới, bị bắn.

3· — Làm mưu giết chồng, bại chồng, bị phân thây xẽ thịt.

4· — Đốt nhà, hoặc bắn săn, bị bào lạc.

Tống-đế vương, đền tại đáy biển đông-nam. Địa-ngục rộng năm trăm dặm do tuần, chia ra 16 ngục nhỏ, kể ra sau nầy :

1· Ngục hàm lỗ, nước mặn | 2· Ngục ma huờn dà nụ, gông xiềng

3· Ngục xuyên lặc, đục sườn | 4· Ngục đồng thiết quát hiểm, nạo mặt

5· Ngục quát chỉ, nạo mỡ | 6· Ngục kiểm sai tầm can, móc gan tim

7· Ngục khốt nhẫn, móc mắt | 8· Ngục sản bì, lột da, căng da

9· Ngục nguyệt túc, cưa cẳn | 10· Ngục bạt thủ cướp giáp, rút móng

11· Ngục hấp huyết, hút huyết | 12· Ngục đảo điếu, treo ngược

13· Ngục phân ngung, sã vai | 14· Ngục thơ hoa, ăn giỏi tửa

15· Ngục kích tất, đập đầu gối | 16· Ngục ba tâm, mổ trái tim

Làm quan không biết ơn vua, không giữ đạo tôi ; dân không lo xâu thuế cho nhà nước : vợ phụ bạc chồng, lộn chồng, bỏ chồng, trốn chồng, hỗn với chồng : hồi nhỏ cha mẹ đã chịu cho người nuôi làm con, lớn bỏ cha mẹ nuôi, mà cải họ lại ; đày tớ phản chủ, thơ ký quân lính, ở bạc với người làm đầu (quan thầy của mình) ; kẽ làm công ăn gian chủ tiệm ; tù vượt ngục, bị đày mà trốn, hại người bảo lãnh và quan cai trị trong sở, hoặc làm cho người thân bị khổ ; không biết ăn năn chừa lỗi, trừ công còn dư quã thi hành ; cứ theo địa lý để quàn lâu, hoặc cứ không cho làm mả, hoặc bày cải tán đào mã lấy cốt, tồi tàn, hoặc không đắp mã ông bà cha mẹ để tan lạc (xiêu mồ lạc mã) ; dụ người làm phạm luật ; xúi chúng kiện cáo ; làm thơ rơi giấu tên, hoặc dán lời kêu ngạo mà giấu tên, hoặc dán lời nói xấu tiết cho con gái, phá đám hôn nhơn (cưới hỏi) mà giấu tên ; hoặc viết thơ hỏi, tờ đề ; làm tờ giấy giả mạo ; đòi tiền bán chịu rồi mà chẳng dỉ sổ, hoặc nợ trả rồi mà không cho giấy, không xé giấy ; tập ký tên giả, khắc con dấu giĩ ; sửa sổ bạc tiền trong giấy tờ đều làm hại người : các tội kể ra đó, tra ra nhẹ nặng, sai quĩ Đại-lực giam vào khám lớn, tùy theo tội, dẫn vào các ngục nhỏ má hành cho đủ số, rồi giải qua cửa thứ tư mà hành theo các ngục khác.

Nếu ai nhớ ngày vía trăm, là mồng tám tháng hai, ăn chay nguyện vái không phạm các tội kể trên đó nữa, lo việc làm lành mà trừ tội. sau thác xuống khỏi bị các địa ngục nầy.

Thầy Nguơn-Hiền thiền-sư đặt bài khuyên đừng rủ con gái.

Mạng người là trọng, nên phép nước nghiêm trị việc án mạng (nhơn mạng). Nếu làm mưu hại oan, dầu trốn khỏi tội Dương-gian, song trời cũng hại mau lắm. Bởi cái mưu giết người, là lòng độc ác, mang tội nghịch thiên, là trái lòng ưa sống của trời. Kíp chầy cũng trả chẳng tha. Người đời làm cho toại chí một hồi, sau ăn năn không kịp. Nay nhiều kẻ phạm tội dương-gian âm-phủ, nhứt là tội ủ con gái! hoặc ủ con chửa hoang! Tuy là việc ấy kẻ ngu hay làm, song quen thói rồi, nhiều nơi bắt chước. Bởi cớ ấy trời bớt số giảm kỉ, hoặc phạt cùng mạt, tuyệt tự (không con trai). Nói chi đầu-thai kiếp khác thường mạng là luật chung. Nghĩ thứ nó đầu-thai làm con, mà đền ơn cho mình, nỡ nào mà giết con đành đoạn? Huống chi kẻ vô hậu, cầu có chút gái còn khó thay, như vậy đủ biết phước nhiều thì có trai, phước ít mới có gái, còn vô phước thì không con cái chi hết. Mình phải răn lòng sát hại, làm phước mà cầu trời cho sanh trai, vì muốn kế tự, thì phải tu nhơn tích đức. Độc ác cho gái chửa hoang, sanh ra thì quyết giết! Sao không biết xét, rất đỗi kẻ vô hậu còn nuôi con nuôi thay! Huống chi máu thịt của mình, trong bụng sanh ra, cũng lập thế mà nuôi như kẻ nuôi quá phòng vậy, thì khỏi mắc oan nghiệp. Nếu không chừa thói độc, thì bị tuyệt tự, trông chi sanh đặng con trai. Người quân-tử có nhơn, rán khuyên đời mà cứu nhiều mạng, thì âm-đức lớn lắm.

VUA NGŨ-QUAN NGỰ CỬA ĐIỆN THỨ TƯ

Làm lành hưởng phước :

Thí quan-tài và đồ liệm, thì nhà có thần phò hộ.

(Phong-Sắc xin thích nghĩa khoản nầy : bởi kinh Ngọc-Lịch tàu có in hình, khoản nầy có vẽ cái trại thí hòm, có chất hòm, nhiều người đến khiêng những hòm thí. Các sải dốt không biết, bổn-đạo thấy vẽ hình như thế, thì hỏi hòm gì nhiều vậy? Sải dốt nói bướn rằng : « Ai chết rồi hồn phải đem cái hòm của mình mà nạp cho vua Tứ-điện. Nên chôn hòm nhẹ dễ nạp, nếu hòm lớn khổ cho vong hồn đầy không nổi! Bó bảy tấm vạc nhẹ nhàn dễ vác! » Ôi! bổn-đạo quê cũng nghe theo lời ấy, mà trối với con cháu, sợ chôn hòm lớn! Lưu truyền lại phi lý tới nay! Vì sải dốt bày nói xàm một chút, để hại kẻ dốt muôn đời! Sao không biết xét cho kĩ, vua thứ tư thâu hòm ấy mà làm chi? Mấy muôn triệu hòm chỗ đâu mà để? Và lại hồn ma mà chuyển vận đồ hữu-hình sao đặng, gọi đầy hòm nạp quách là nghĩa gì? Nếu cực khổ như vầy, sao còn gọi kẻ thí hòm được phước, có thần lành phò hộ? Như vậy một lời nói bậy, tổn đức biết chừng nào ? Làm cho kẻ dốt nghe lầm, chôn cất tất tưởi không ấm cúng ! Muốn cho kẻ dốt khỏi lầm, nên tôi phải giãi cho rành, may người dốt tỉnh lại. Nếu nạp hòm hết, sao lại lấy cốt còn hòm ?)

Làm những đều dử mắc những tội kể ra sau nầy :

1· — Giạ giả giạ non, đong nhẹ đong nặng, lòn thăng tráo đấu gian lận, hoặc bán lủa tưới nước, đều bị cối đạp giã, cho chó ăn.

2· — Cân lận, bị móc lưng treo hoài. Đo lận cũng phạt vậy.

3· — Không kính người lớn tuổi, già cả ; ·lường gạt giựt của người, vay mượn chẳng trả ; du hí du thực boang đàng, không giữ bồn phận ; báo sắc tà dâm. lấy vợ người, ngoại tình huê nguyệt : ngã mặn và tội ăn vụng ; say rượu, bài bạc ; trùm đỉ nhà chứa diếm ; rủa chưởi ; trù yếm ; du đãng, chọc ghẹo phá hại người hiền ; đồ đồ nhơ-uế xuống sông, phơi quần áo dơ giọi bóng tam quang là mặt nhựt, mặt nguyệt, yến sao ; hoặc nhơ-uế mà lên chỗ thờ phường, hoặc vào bếp núc ; các tội kể trên đó đều xổ xuống Tát-trì là (huyết ô-trì) ao huyết dơ mà lặn hụp, tùy theo tội nhiều ít, phạt ở lâu mau.

(Ấy là chánh kinh Ngọc-lịch như vậy, kẻ sau muốn răn phụ nữ, bày ra kinh huyết bồn mà cấm sự nhơ-uế nơi tam quang, hoặc giặt dưới sông, hoặc vào trong bếp, mà dạy đàn bà con gái. Kẻ dốt tin thiệt có tụng, thì khỏi dọa huyết ô-trì. Kẻ dốt nữa thích nghĩa rằng : con gái đàn-bà có đường kinh, hoặc chửa đẻ, đều bị xuống huyết ô-trì hết thảy, nên có kẻ quê tụng kinh huyết bồn cầu mẹ khỏi tội ! Lưu truyền lâu đời, đàn-ông ít học cũng tụng nữa ! Sao không thông lý, tại trời sanh phụ nữ phải có sự ấy, mà còn làm tội là nghĩa gì ? Thầy chùa xưa có học, thông hiểu chỗ đó, bày đặt thơ Hứa-sử, nói nhờ Hứa-sử xin vua Tứ-điện tha tội ấy. Nói vậy trời đất còn lầm sao ? Thua Hứa-sử sao ?)

Ngũ-quan-vương ở dưới đáy biển đông, nội cỏi ấy rộng năm trăm dặm đo tuần (1 dặm đo tuần tròn giáp vòng 240 dặm, bề ngan mặt băng gian, là ngang giữa trung tim. 80 dặm. Còn mỗi dặm là 360 bộ, bộ là bước đôi, mỗi chưn một bước, nên một bộ là 5 thước mộc như vậy 1 dặm là 1800 thước mộc. Còn 1 dặm đo tuần bề ngang xuyên tâm đo 80 dặm, là 144.000 thước mộc. Như vậy 500 dặm đo tuần giáp vòng đo ra 72.000.000 thước mộc. Bề ngang mặt xuyên tâm 24.000.000 thước mộc.) Lập 16 ngục nhỏ.

1· — Ngục Tái-trì là huyết ô-trì.

2· — Ngục Vụ liệng trước tiêm. xiềng, với tăm để xăm.

3· — Ngục Phi thang kiều thủ, xối nước sôi.

4· — Ngục Chưởng trưởng lưu dịch, vã mặt sưng.

5· — Ngục Đoạn cân tích cốt, chặc gân xương.

6· — Ngục Yển kiên sát bì, khứa vai lột da.

7· — Ngục Đoan phu, khoan da thịt.

8· — Ngục Tồn phong, núi chim trĩ mổ.

9· — Ngục Thiết y, bận áo sắt.

10· — Ngục Mộc thạch thồ ngỏa nằm, cây đà dẫn.

11· — Ngục Lục nhãn, khoét mắt.

12· — Ngục Phi khôi tắt khẩu, tro vô lấp miệng.

13· — Ngục Quán dược, đồ thuốc độc.

14· — Ngục Du đậu hượt điệt, trợt nhớt té.

15· — Ngục Thích chỉ, xăm miệng.

16· — Ngục Tối thạch mai thân, chôn đá vụn.

Những tội trốn xâu lậu thuế ; nói ngược lúa ruộng, nói ngược nợ ; cân ăn gian ; bán thuốc giả ; bán gạo mắc nước ; làm bạc giả, ăn gian ăn bớt bạc vàng ; bán hàng lụa phiếu ; bán vải mỏng mà gọi là dày : đi đường không nhường tránh kẻ tật nguyền, hoặc người già, trẻ nhỏ nhít ; lập mưu thầm mà đoạt nghề kẻ buôn gánh bán bưng, cho mất sở làm ăn kẻ cùn khổ mà thủ lợi ; lãnh thơ không đưa cho sớm, để trễ hư việc người ; ăn cắp, cạy gạch lẻ lộ, hoặc rót trộm dầu đèn ngoài đường ; nghèo không giữ bổn phận, sanh ra gian giảo, giàu bất nhơn, không thương kẻ nghèo ; hứa cho mượn, cho vay, đến kỳ không cho, lại hư việc người ; thấy người nghèo bịnh, trong nhà có thuốc hay mà không cho ; giấu phương thuốc hay, sắc ra bán thuốc nước, không cho thấy xác, không chịu truyền cho ai ; quăng miếng sành miếng chai, gai chông tại đường đi ; thã thú vật ỉa dơ đường sá ; để buội gai gốc sầm huất cho hư vách rào của người ; trù rủa êm đối, hăm dọa chúng ; các tội ấy đều tùy nặng nhẹ hành tội các ngục, rồi giải qua Ngũ-điện.

Ngày vía trẫm 18 tháng hai, nếu ai ăn năn ngày ấy ăn chay, thề nguyền không dám phạm các tội ấy nữa, lo làm lành tu bỉ, sau khỏi hành các ngục nầy. Nếu thêm các việc nhơn quả kễ sau Ngọc-lịch để cho người coi mà cải ác tùng thiện, người ăn năn chừa lỗi khỏi tội, thì mình có công có phước. .

Nếu thấy ai bị tai nạn ngặt nghèo, mình có thể cứu mà làm hiểm bỏ qua, hoặc quên ơn bạc ngãi, hoặc cố oán quyết hại cho đặng, đều là lòng độc ác : tuy tụng kinh làm lành, bố thí, thác rồi khỏi hành các ngục mà thôi, chớ không đặng đầu-thai hưởng phước, phạt làm qui mị yêu tinh, như hồ ly mãng xà, mấy năm, tùy theo lòng độc nhẹ nặng. Nếu biết lỗi, không dám sanh sự hại đời, thì thâu hồn về cho đầu-thai phú quí. Như hiện hình nhát chúng khuấy đời, đảng tội thì bị Thiện-lôi đánh, hóa ra con Tích, thì hết đầu-thai, lâu tiêu hồn mất.

Phàm các quân binh đánh giặc, kể từ ngày đi đánh, hết lòng hết sức vì nước, không hãm hiếp ai, không đốt nhà dân giả ; dầu tử trận hồn xuống điện nầy, dẫu có các tội xưa cũng bỏ qua hết, vì đặng chữ trung lương mà trừ, giải đến cửa thứ mười, cho đầu-thai hưởng phước. Nếu đánh lộn sanh tử mà chết, hoặc theo kẻ làm phản, đều bị tội gia bội, hành hình theo các lỗi bấy lâu.

VUA DIÊM-LA NGỰ ĐIỆN THỨ NĂM

Làm các đều lành được phước

1· — Nhiều năm bố thí dân nghèo, con cháu nối đời giàu có.

2· — Thí lúa gạo cơm cháu, con cháu thi đậu làm quan lớn.

Làm các đều dữ mắc nạn hành tội :

1· — Tội bất hiếu với ông bà cha mẹ, bị chém ngang lưng đứt hai.

2· — Đổ cơm cháo đồ ăn, bỏ cơm cháy, đạy cơm cháo, đổ hủy lúa gạo, đều mang gông, cho ăn cơm thiu hóa giòi tửa.

3· — Mỗi người có tội, cho nên đài Vọng-hương, ngó về xứ sở nhà cửa, thương nhớ mà về không đặng, khóc than thảm thiết.

Vua Diêm-la phán rằng : « Khi trước trẫm ở Nhứt-điện, bởi thương những kẻ thác oan, hay thả hồn về sống lại kêu oan. Thượng-đế đà trẫm về Ngũ-điện, tại đáy biển đông bắc, cai trị 16 cửa ngục tru-tâm là mổ trái tim. Phàm các phạm hồn giải đến đây, thì đã bị hành các ngục mấy điện kia lâu ngày, dầu tội nhẹ khỏi hành, song cứ giải bảy ngày mới tới một cửa điện, tới đây củng đã 35 ngày rồi, thây thúi hết, không thế nào cho sống lại đặng. Nhiều phạm hồn muốn sống lại, kiếm thế tâu rằng : « Tôi làm chưa rồi lời vái ! hoặc cất chùa làm cần đắp lộ, khai kinh, đào giếng thì chưa rồi, hoặc đặt lời khuyến thiện chưa đủ, hoặc lời nguyện phóng sanh chưa đủ số, hoặc nuôi ông bà cha mẹ chưa rồi, sắm sửa hàng rương chưa, hoặc trả ơn chưa đặng, xin sống lại thế làm doan làm phước. Trẫm than rằng : « Xưa ngươi làm dữ qui thần bay, nay thuyền đã ra khơi xăm muộn quá ! Bởi vậy Địa-tạng vương ban ơn truyền chỉ, khuyên các cửa điện chung làm Ngọc-lịch cho đời tu mà chuộc tội. Thập vương làm rồi dưng cho Địa-tạng vương ngự xem, xem đủ liền đem thập vương với chư thần lên thiên-đình dưng Ngọc-lịch xin sắc chỉ của Thượng-đế. Nhờ ơn Thượng-đế ngự dượt bằng lòng ban chỉ cho truyền đời tu chuộc tội. Từ Phong-đô đại-đế với thập vương lảnh Ngọc-lịch có chiếu chỉ Thượng-đế phê đến nay đả lâu năm, mà chưa gặp người nào có đức hạnh xuống âm-phủ mà trao chốn Ngọc-lịch, đặng lưu truyền cho đời, chớ hồn mà hồi-dương đem kinh có hình về sao đặng ? Nếu truyền đặng cho đời biết ăn năn chừa lỗi thì dưới âm-phủ sẽ ít hồn tù tội, tại dương-gian ít kẻ thát oán. Như vậy đủ biết trên đời không kẻ tu luyện cho đặng nhục-thân (xác phàm) xuống âm-phũ. (Trừ ra thân ngoại hữu thân thi đi mới đặng). Từ đó đến nay các hồn soi Nghiệt-cảnh đều là người dữ mới giải lần đến cửa nầy, đừng kiếm cớ chửa mình nhiều chuyện. Quỉ đầu trâu mặt ngựa dẫn chúng nó lên đài Vọng-hương cho mau. » Cái đài Vọng-hương nhiều cửa vòng nguyệt, hình đài ấy như cái cung lên thẳng dây, giáp vòng 81 dặm, bề dây về hướng bắc, ngay như dây cung, còn đông, tây, nam, ba hướng trước với hai bên đều vòng tròn như cái cung, cao 490 thước, gươm giáo dựng làm chuông chung quanh mặt thành, 63 từng rộng rải. Kẻ hiền lành không lên đài ấy. Kẻ tầm thường công quã bằng nhau, cũng khỏi lên, được đi đầu thai. Trừ ra phạm tội nhiều, trừ hết công còn dư quá, mới cho lên đó. Nghĩa vọng-hương là ngó mòng về thấy nhà cửa quê hương mình cho thấy, cho nghe, đặng biết việc nhà ra thể nào. Các hồn ngó thấy những là người nhà không y lời mình trối, cải các lời dạy, hoặc chuyền vận hết của mình, hoặc chồng cưới vợ khác, vợ lấy chồng khác, hoặc con cháu kiện chia gia sản ruộng đất, sổ sách giấy tờ bấy lâu, bây giờ xé hết. Giấy tờ thiếu nợ họ đòi không dung. Còn kẻ thiếu mình mượn mình, không giấy, hoặc người nhà kiếm không đặng giấy thì bị chúng nói ngược hết, cải lẫy với nhau, đều đỗ thừa trã rồi cho mình (người chết) ! Bà con hờn giận rầy rà, con cái dấu dút, bằng-hữu nói tước. Có kẻ nghỉ tình khóc một tiếng, rồi cười bằng hai ! Lại còn mấy kẻ tội dữ, thấy con trai bị tù tội, vợ bịnh hoạn, con cái bị chúng hảm hiếp, hoặc sự nghiệp tiêu điều, hoặc cháy nhà, hoặc hết của ! Các hồn thấy việc nhà như vậy tức tối khóc nhào ! Qui sứ dẫn xuống, giam vào khám lớn, tra coi phạm tội gì, thì dẫn vào 16 ngục tru-tâm mà mổ ruột. Mỗi cái ngục đều trồng một cây trụ, rắn bằng đồng làm lòi tói, có hình bằng sắt làm ghế đòn. Trói bết tay chưn vào trụ, rồi lấy dao mổ bụng, kéo tim, xẻ lần cắt bỏ cho rắn ăn. Rồi rút ruột cắt bỏ cho chó ăn, hành đủ ngày giờ mãn tội rồi, huờn hình như thường, giải qua Lục-điện. Mười sáu ngục kể ra :

1e Ngục mổ tim không tin báo ứng.
2e « « « sát sanh hai mạng.
3e « « « bỏ phải mà làm quấy.
4e « « « làm dữ tập phép trường sanh.
5e « « « khi lành, muốn người mau chết.
6e « « « toan mưu vu vạ (họa).
7e « « « trai gian dâm, gái ngoại tình.
8e « « « tốn của người cho lợi mình.
9e « « « gắt gao không kể ai chết.
10e « « « trộm cắp, nói ngược.
11e « « « quên ơn, báo thù quá.
12e « « « độc ác xúi hại người.
13e « « « lường gạt dỗ dành.
14e « « « háo thắng, ham đánh lộn.
15e « « « ganh hiền ghét ngỏ.
16e « « « ngu mê không tỉnh, kiêu ngạo.

Những tội không tin Thiên-đường Địa-ngục luân hồi quã báo ; ngăn trở kẻ làm sự lành ; mượn tiếng đi chùa, dòm hành sự lỗi người mà nói ; đốt hủy kinh sách ; ăn mặn mà tụng kinh niệm phật ; thấy người ăn chay tụng kinh niệm chú mà chê : chê bai tiên phật : kẻ hay chữ coi kinh sách mà không giảng cho kẻ dốt phụ nữ nghe : cuốc phá mả hoang, làm cho loạn lạc ; vô cớ đốt rừng ; để người nhà lơ đỉnh làm cháy nhà, hại lây cã xóm ; hay bắn cầm thú ; vật kẻ yếu bịnh ; quăng liệng phá người ; đăng nò bắt cá ; chài lưới các cuộc bắt cá ; gát chim (Lấy mủ cây làm cho dính. Giở bẩy, các đồ lè bắt chim. Hoặc đổ thuốc độc dưới đất ; những mèo chết ; rắn độc chết không chôn cho sâu, hại người đào nhằm móc nhằm trúng độc khí bịnh chết ; trời lạnh run mà bắt dân đào đất dầm nước, đặng làm vách đấp lò bếp mới ; lấy thế cất đinh-quan, lấn ranh chiếm đạt ruộng đất dân, lấp giếng, bí ngọn rạch (thuộc về ỷ thế), các tội kể trên đó, nhửng kẻ phạm tội ấy, cho lên Vọng-hương coi rồi, giam vào khám lớn, tùy theo tội mà mổ tim, mới giải qua Lục-điện tra tội khác. Nếu cơn còn sống không phạm các tội ấy, hoặc đã phạm lở, ngày vía trầm là ngày mồng tám tháng giêng, mà ăn chay thề nguyền không tái phạm các tội ấy nửa, sau trầm tha khỏi hành, lại tư tờ qua Lục-điện giảm tội nửa. Trừ ra tội sát-nhơn, hoặc theo tà thuật, xưng đặng trường-sanh, hoặc hảm hiếp phụ-nử ; hoặc đàn-bà tham dâm ghen độc ; hoặc vu-oan cho hư danh tiết người ; hoặc trộm cướp nói ngược ; hoặc quên ơn bạc ngãi, báo oán quá lẽ ; nhứt là nghe kinh khuyên giảng mà không ăn năn chừa lỗi, các tội ấy chẳng hở châm chế.

Còn người đời, gọi tài-thần, giữ của cho người, tưởng vậy là sái lắm ; ấy là mấy người chôn tiền bạc của cãi hoặc các quan chôn của báu, đến thác phần hồn còn mê mà tiếc của, sợ chúng đào, nên hồn ma ở đó mà giữ mãi, ai tới thì hiện hình mà nhát. Thần thánh nghĩ nó vô tội, nên qua cho ma giữ của. Chừng nào nghe câu kinh phật dạy : « Cái thân sũng không phải của mình, ngũ-huấn (năm mối) là tham, sân, si, ái, dục, đều không. » Hồn ma giữ của mới tỉnh lại rằng : « Cái thân là xác còn bỏ, không phải của mình mà dùng được, huống chi là của tiền. » Mới chịu bỏ của mà xin đầu-thai kiếp khác. Còn mấy kẻ vô phước lại gần chỗ đó bị ma nhát mà hết hồn sanh bịnh. Như thế gian ai nghe chỗ nào có ma quỉ hiện hình hay nhát, biết là chỗ ma giữ của, thì van vái thề nguyền, xin đào đặng của ấy thì chia ra như vầy : 10 phần xuất ra ba phần mà làm siêu độ tụng kinh cho hồn ấy đầu-thai hưởng phước, ba phần nửa phóng sanh cho vong ấy, một phần bố thí cho bần-nhơn thì hết 7 phần rồi, còn ba phần thì mình hưởng. Vái nguyện như vậy rồi đào, thì có chánh thần làm chứng, lấy làm như vậy, không hệ gì.

VUA BIỆN-THÀNH NGỰ CỬA ĐỀN THỨ SÁU

Làm lành được phước.

Cất chùa tu bổ am tự, con cháu thi đỗ làm quan.

Làm các điều dữ mắc tội.

1· — Vựa lúa đợi giá cao, nhà nghèo mua ít không bán ; quá phòng người nuôi làm con, lớn bỏ cha mẹ nuôi, mà theo họ củ ; hoặc cạo vàng trong mình phật cốt mà bán, củng như bán phật ; các tội ấy đều bị đóng đinh căng lút vô bàn chông đứng.

2· — Ăn cắp kinh sách, hoặc mua mà xé, bị treo mà lột da.

3· — Kêu trời van đất, không cung kính thánh thần, bị cưa ngược.

4· — Ăn trộm ăn cắp, bị qùi trên chông sắt luồn luồn.

Biện-thành-vương, đền tại đáy biển chánh bắc, khảm lớn gọi là Đại-Kiếu-hoán địa-ngục, rộng 300 dặm do tuần, 16 ngục nhỏ :

1· Ngục thường qụi thiết xa. qui chông.

2· Ngục thỉ nê tầm thân, hầm phẩu.

3· Ngục mạ tồi lưu huyết, xay bột.

4· Ngục kiềm chỉ hàm châm, ngậm kim.

5· Ngục cát thận thử giảo, thiến dái, cho chuột ăn.

6· Ngực cực vỏng hoàng toàn, đĩa cắn, trong lưới gai.

7· Ngục ngối đảo nhục tương, quết nem.

8· Ngục liệt bì khí lỗi, nghiền rách da.

9· Ngục hàm hỏa bế hầu, ngậm lửa.

10· Ngục tang hỏa bại hồng, thổi lửa đốt (hửa giản).

11. Ngục phần tự, rạch phẩn.

12· Ngục ngưu điên mã táo, trâu báng ngựa đạp.

13· Ngục phỉ khiếu, khoan lỗ (xoi).

14· Ngục trái đầu thoát xác, hửa sọ.

15· Ngục yêu trảm, xắt ngang lưng.

16· Ngục bác bì, tuyên thảo, lột da, đóng chong đứng.

Phàm giận trời trách đất, ghét gió sấm lạnh nực nắng mưa ; day mặt về hướng bắc mà tiểu tiêu, hỉ mủi, khạc phun, khoét ; cạo vàng hình phật, móc tiền dẫn tâm ông Tiêu : kêu tên tộc tiên phật thánh thần ; không kỉnh giấy chữ kinh sách ; để đồ dơ uế gần chùa đình, bàn thờ : hương đăng trà quả đồ cúng không tinh khiết ; dơ dáy trong bếp ; không cữ thịt trâu thịt chó ; học sách tà-dâm (thể-chiến), tà đạo, để sách ấy trong nhà mà không đốt, sách ểm hại người cũng vậy ; bói xé kinh sách; đồ khí dung vẽ hình Thái-cực (mặt trăng lộn âm dương), hoặc vẻ nhựt nguyệt sao bắc đẩu, hoặc hai hình hòa hiệp (nguyệt hiệp lão nhơn) hoặc hình Tây-vương-mẫu (Diêu-trì). hình Phước Lộc Thọ hoặc hình Bát tiên, mà làm nhẩn gói đồ ; hoặc thêu chữ 卍 (Vạn) vô hàng giẻ vãi cờ, giường, ghế, bàn tợ và đồ khí dụng, hoặc dùng làm chử hiện ; phạm thượng bận quần áo có hình rồng phụng ; vựa lúa chờ giá cao, không bán ít cho nhà nghèo : các tội kể trên đó, đều giam vào khám Đại-Kiếu-hoán. Tra tội nào đáng hành 16 ngục nhỏ, đủ ngài giải qua Thất-điện, tra tội khác hành nửa.

Nếu ai ở dương-thế, ăn chay ngày mồng tám tháng ba là vía trẫm, thề nguyền tự hậu không dám phạm tội nói trên đó, và 14 rằm tháng năm, mồng ba tháng tám, mồng 10 tháng mười, trong bốn ngày ấy ăn chay, cấm phòng, (vợ chồng không nằm với nhau) cũng như các ngày vía lớn vậy, lo cầu khẩn ăn năn chừa lỗi thường năm giữ được năm ngày ấy như vậy, sau khỏi hành các ngục nầy.

Thế tục lưu truyền nói : « Thập bát tằng địa-ngục ». Dưới Âm-phủ có 18 từng địa-ngục, ấy là nói sái, chánh là : « Nhập bát tằng địa-ngục » vào tám cửa địa-ngục lớn. Kể tám ngục lớn ra sau đây : Nhị-điện có khám lớn gọi là Huợt-đại-địa-ngục. Tam-điện có Hắc-thằng-đại-địa-ngục, Tứ-điện có Hiệp đại địa-ngục, Ngủ điện có Kiều-hoán đại địa-ngục. Tại Lục-điện đây có Đại Kiều-hoán đại địa-ngục. Thất-điện có Nhiệt-nảo đại địa-ngục. Bát-điện có Đại Nhiệt-nảo đại địa-ngục. Cửu-điện A-tì đại địa-ngục. Cọng tám cái khám lớn, mỗi khám lớn đều có 16 địa-ngục nhỏ, để hành tội và Huyết-ô-trì, Uổng-tử-thành, cọng và lớn và nhỏ 138 địa-ngục ; lại còn bào-lạc rằng khác. Phàm các phạm bị hành rồi, tuy cháy da, nát thịt, đứt gân, dập xương, không còn lông tóc : chửng giải qua điện khác huờn hình lại như khi mới chết mà hành hình nữa, rồi giải qua cửa khác cũng như vậy. Trầm thích nghĩa cho rành, kẻo tưởng có 18 địa-ngục. Nhứt là tội đặt bài ca huê-nguyệt, tuồng truyện tà-dâm, hoặc vẽ hình tục-tỉu, hoặc làm thuốc phá thai, hoặc thuốc mê, hay là khắc bản in ra, hoặc sao tả lưu truyền các bài các hình ấy, nếu bản còn, bồn còn không tuyệt đồ đó, thì người đặt còn bị hành tội hoài, dẫu muôn ngàn đời cũng không khỏi hình phạt nơi địa-ngục vì bày tà-dâm, giục lòng người cho hư phong hóa.

VUA THÁI-SAN NGỰ CỬA ĐIỆN THỨ BẢY

Làm lành hưởng phước :

Phàm con có hiếu, hết lòng phụng dưỡng cha mẹ, kính yêu mười phần. Khi nuôi đau càng hầu hạ thức thối cần mẫn hơn nửa ; đến nỗi cha mẹ bịnh liệt, ăn không được, có khi đặt bàn cầu trời, mình lóc chút thịt cánh tay, mà nấu ra nước cho cha mẹ uống cầm hơi. Ấy là lời nói thí dụ tỏ lòng thương hết sức chạy lo như vậy. Có hiếu thì động lòng trời.

Làm các điều dử mắc tội :

1.— Ăn trộm đồ trong hòm, hoặc bày thuốc phá thai, bị quăng lên núi lửa.

2.— Sang đoạt, hoặc đồ dành gạt chúng, bị ngục trảm thủ (chặt tay).

3.— Lấy xương người mà làm thuốc, bị nấu dầu.

Đền Thái-san vương tại đáy biển tây-bắc, khám Nhiệt-nảo đại-ngục giáp vòng 500 dặm do tuần, có 16 ngục nhỏ.

1· Ngục chùy nục tự thôn, đánh sặc máu bắt nuốt !

2· Ngục thiềm thối hỏa bức khanh, hầm lửa

3· Ngục liệt hung, bửa ngực.

4· Ngục nha xa ngoạn phát, cột tóc trên nạng.

5· Ngục khuyển giảo kinh cốt, chó cắn cẳng.

6· Ngục đảnh thạch tồn thân, đội đá.

7· Ngục lả đảnh khai ngạch, đập óc xẻ trán.

8· Ngục úc thống khốc cầu đồn, chó cắn.

9· Ngục lê bì trư tha (trư đà) lột da, heo cắn mà trì.

10· Ngục đoạn hảo thượng hạ trát giảo, trên chim nắc.
       nước mồ, dưới heo rừng xé.

11· Ngục điếu đạp túc, treo cẳn.

12· Ngục bạt thiệt xuyên tai, kéo lưởi xỏ má.

13· Ngục sưu trường, rứt ruột.

14· Ngục loa đạp hoa tước, la đạp, heo rừng cắn.

15· Ngục lạc thũ chỉ, đốt ngón tay.

16· Ngục du phủ cồn phanh, nấu dầu.

Nếu ai có uống hồng-diên (kinh nguyệt lần vỏ da, thứ nhứt) tử-hà-xa (nhau) ; hoặc uống rượu phí dụng thái quá ; mua đồ trong hòm người chết ; hoặc lấy xương cốt người mà làm thuốc ; phân rẽ vợ chồng, thân thích người ; gã dâu làm thiếp, hoặc đợ ; đề cho vợ trấn nước con gái ; hoặc chửa hoang đẻ ra liền ủ ; bài bạc đánh môn đánh cặp chia tiền của, hoặc gian lận ; thầy không cần dạy đề đệ-tử hư ; không cần tội nặng nhẹ, cứ chưởi tôi đánh tớ, tới bị thương-tích ; hà hiếp xóm riềng ; không kinh người lớn hơn mình, dạy phải chẳng vưng lời ; khua môi uốn lưởi, xuối rầy ra đánh lộn : các tội ấy tùy nhẹ nặng hành hình 16 ngục. Hành đủ rồi, giải qua Bát-điện tra tội khác nữa.

Trong đời thiếu chi vị thuốc, nở nào giết vật sống mà làm thuốc, trị bịnh, thiệt ở bất nhơn. Còn như uống hồng-diên, nhau rún đồ dơ trong mình đàn-bà, như ăn thịt người, vả lại cái miệng cũng như một thứ uế trược kia, dầu có làm lành tụng kinh niệm chú đả không linh, mà càng thêm tội, nên án ấy không dung. Nếu ai nghe lời khuyên nầy, mau màu chừa lỗi, nguyện cử sát sanh, lại phóng sanh được một trăm vạn mạng, mỗi ban mai súc miệng niệm phật cho nhiều, đến lúc mản phần, phật sai Tịnh-nghiệt-sứ-giả đem đèn soi cho tiêu hơi uế mới đặng.

Nếu ai lấy xương cốt kẻ chết thiêu, hoặc thây con nít chết mà làm thuốc, hoặc lấy sọ người, bán làm vị thuốc, có kẻ ác kiếm xương người tới cả gánh, chắc thì làm đồ khí dụng, mục thì tán ra bột pha đồ, hầm làm vật dụng, thì dầu có công gì, trừ cũng không đặng, thà hành tội ấy, công nọ đề trừ tội khác, dư sẻ cho hưởng kiếp sau. Còn bây giờ hành các ngục rồi, rốt giải qua vua thứ mười đặng cắt tay khoét mắt, chặt tay chưn, hớt môi miệng mũi, đầu thai làm kẻ tật nguyền, thậm chí hai tật, mà trừ tội ấy. Nếu ai còn sống biết tội, phải thề nguyện ăn năn, không dám phạm nữa, hoặc phải thí hòm và đi liệm thí nhiều xác, sau chết đeo đính-bài, trên đính-bài ông Táo có chấm một điểm mực làm dấu, xuống đây mới khỏi hành hình.

Có năm thất mùa đói lắm, tới nỗi kẻ sống đói quá, ăn thịt thây ma. Nếu ai ngất ngư hấp hối còn chút hơi thở, mà nỡ lòng cắt thịt nấu ăn, hoặc làm nhưng bánh bao, bánh in mà bán cho người ăn, ở lòng độc như vậy, bị hành xảy vần 16 cửa ngục nầy đủ 49 ngày, thì cho Thập-điện ghi vào sổ, rồi chạy tờ cho Nhứt-điện đem tên vào bộ nửa, cho đầu thai lên làm súc vật chết đói, cho thấy đồ đỗ trước mắt, mà nuốt không vô, phải nhịn đói tới chết. Tội nầy không phước nào trừ được, cũng không đặng đầu thai làm người mà trả quả. Còn kẻ ăn lầm, biết rồi mà còn ăn nửa, phạt đầu thai làm súc vật sưng họng, đói lắm mà ăn không đặng, nhịn cho tới chết. Nếu biết lầm, mà không ăn nửa, thì chế cho bố thí năm mà trừ (như thí lúa gạo tiền bạc cơm cháo, hoặc nước gừng, nước trà), được như vậy đã tiêu hết tội trước, lại trả phước nhản tiền và kiếp sau.

Ba đều trên ấy, là quan văn quan võ với các phán-quan điện nầy hội nghị hai đều, còn Đại-ngục sứ tư chúa-ngục) nghị một đều, là ba đều, trẫm cũng cho viết theo sau, dưng Thượng-đế, nhờ ân chỉ phê cho và thăng thưởng cho các viên hội nghị.

Lại truyền chỉ dụ : « Thế gian làm đều dữ, chư thần đã nghị tội hành phạt rồi. Hởi còn việc quân lính, việc công vụ, lễ nghi, chế riêng đều lệ nhỏ, các khoản ấy đều y theo luật của nước nào chế, thì trị theo luật nước nấy. Nếu chúng có chối mà đỗ tội cho kẻ khác, tức thì phải tra minh mà trị tội y luật. Các cửa âm-ti y chỉ dụ. »

27 tháng ba nhằm ngày vía trẫm, ai ăn chay day mặt lạy về phía bắc, thề nguyền ăn năn chừa lỗi, làm lành in cuốn Ngọc-lịch cho đời coi mà cải ác, sau khỏi hành các ngục nầy. »

VUA BÌNH-ĐẲNG NGỰ CỬA ĐIỆN THỨ TÁM

Làm lành hưởng phước :

Kẻ giàu có trai tăng bố thí cho thầy tu, được phước lộc.

Làm các đều dử mắc tội :

1· — Bất hiếu, cha mẹ sống không nuôi, cha mẹ thác không chôn, hoặc hồi cha mẹ còn sống, làm cho cha mẹ ưu phiền bất bình, hoặc làm đều phạm phép, cho cha mẹ kinh hãi, đều bị xe cán.

2· — Ở quấy với người ơn của mình, hoặc chắp cây chiết chi, đem nhánh nầy chắp qua gốc cây kia đều bị xắt ngang lưng.

3· — Nói tục-tỉu về việc phụ nữ bị kéo lưỡi mà cắt.

4· — Khi người nghèo, dua bợ giàu sang, bị mồ bụng móc tim.

Ngục nầy có thành Uổng-tử để giam hồn tự tận (giết mình).

Bình Đẳng vương đền tại đáy biển chánh tây, khám lớn là Đại Nhiệt-nảo đại địa-ngục, rộng 500 dặm do tuần, có 16 ngục nhỏ :

1· Ngục xa băng, xe cán.   2· Ngục muộn hoa, chảo đậy ngột.
3· Ngục tối quả, róc thịt tận xương 4· « lao khổng, bóp mũi bóp họng.
5· Ngục tiễn thiệp, hớt chót lưỡi. 6· Ngục thường thinh, nhà tiêu.
7· Ngục đoạn chi, chặt tay chơn.   8· Ngục tiền tạng, nấu đồ lòng.
9· Ngục chích tũy nướng, mỡ xương 10· Ngục bát trường, móc ruột.
11· Ngục phần tiêu, đốt trái thăn. 12· Ngục khai đường, mổ ức.
13· Ngục hoạch hung, sả ngực, 14 « phá đánh náo xỉ, bửa bầu xeo răng.
15· Ngục phê cát, bằm xắt.   16· Ngục cang xa, chĩa xắt dầm.

Những con bất hiếu, cha mẹ còn không nuôi, cha mẹ thác không chôn, hoặc làm cho cha mẹ hay là cha mẹ chồng hết hồn, giựt mình, phiền hờn, rầu buồn, nếu không ăn năn chừa lỗi, ông Táo ghi vào sổ tội thứ nhứt, tâu Thiên-tào cho bớt lộc bớt tuổi, cho tà quỉ làm điên khùng, thác rồi còn bị hành hình các ngục khác, giữa đền cửa nầy, ngưu-đầu mã-diện xách giò quăn vô khám lớn, rồi dẫn lại các ngục nhỏ hành hình các ngục khác, cho đến kiếp, mới giải qua cửa thứ mười, cho đầu-thai làm súc vật. Nếu ai thấy Ngọc-lịch mà tin, mỗi năm vía trầm là ngày mồng một tháng tư, ăn chay thề nguyền chừa tội lỗi, sớm tối nguyện với ông Táo, xin ăn năn chừa lỗi, đến mãn phần ông Táo đề chữ *Tuần* trên trán, hoặc chữ *Thuận*, chữ *Cải*,, dầu hồn xuống từ Nhứt-điện đến Thất-diện, có tội chi khác đều giảm phần nửa và khỏi giải qua điện nầy, đi luôn qua Cửu điện tra có đốt nhà, hoặc tính mưu thầm hay không. Rồi giải qua Thập-điện cho đầu-thai làm người tử tế.

Thượng-đế có chỉ dụ : « Nếu ai ăn năn chừa lỗi, in Ngọc-lịch cho thiên-hạ coi mà hồi tâm, thì sau thác xuống đi luôn từ Nhứt-điện thẳng tới Bác-điện khỏi hành các ngục. Tới cửu điện tra tội phước, nếu không tội thì giao qua Thập-điện cho đầu-thai nhà giàu sang mà hưởng phước lâu dài. »

Còn Huyết-Ô-Trì phía sau điện, mé bên tả. Sãi vãi tại thế-gian giảng sái rằng : « Đờn-bà sanh đẻ, có tội, sau bị sa Huyết-Ô-Trì. » Ấy là nói sái lắm ! Sự đó tại trời sanh còn làm tội là nghĩa gì, dầu đàn-bà đẻ mà thác, cũng không tội nhơ-uế chi hết. Tội là vầy : Đẻ chưa đầy tháng mà xách nước, lội sông, vô bếp, giặc quần áo dơ, phơi hứng tam quang các tội ấy về chủ nhà (người lớn trong nhà) chịu ba phần, còn bảy phần đích thân nàng ấy chịu. Ao Huyết-Ô-Trì để phạt gái trai dâm dục sau bàn phật, trước chỗ thờ thần, hoặc không cữ giao hiệp bốn ngày kị-nhựt thần trong mỗi năm, là : 14, rằm tháng năm, mồng ba tháng tám, mồng mười tháng mười, nội bốn ngày đêm ấy, mà ăn nằm thì tại dương thế đã mang bịnh, hoặc chết rấp, hồn xuống đày còn bị lặn lội dưới ao ấy lâu ngày, Hoặc sát sanh vấy máu trong bếp; hoặc bàn thờ, hoặc vấy máu vô kinh sách, hoặc đồ đựng cúng tế, cũng bị sa Huyết-Ô-Trì. Trừ ra có người thân nguyện cữ sát sanh lại phóng sanh cho vong hồn, lạy phật tụng kinh cầu mới khỏi.

VUA ĐÔ-THỊ NGỰ CỬA ĐIỆN THỨ CHÍN

Làm các đều lành hưởng phước :

1· — Mùa đông thì nước gừng, mùa hè thì trà nước, có phước.

2· — Đưa đò thí, con cháu thi đỗ hiển vinh.

Làm các đều dữ mắc tội :

1· — Đi tới tiền làm chùa sửa chùa, quan thếp phật, mà ăn gian, hoặc rủ người đậu tiền khắc bản kinh, hoặc in kinh, ăn gian, hoặc bán mà thủ lợi, đều bị quăng trên núi đao.

2· — Bắt ếch nhái lươn cá, thuốc cá, bắt chim, ăn thịt trâu. chó, ngựa, hay sát sanh bắt rùa, rắn, vô cớ mà hại vật, đều bị quạ xé thây ăn gan tim, rắn đục tại miệng mũi.

3· — Phân vợ rẻ chồng người, nói đâm thọc cho ruột thịt xa nhau. Vẽ hình tục tĩu, làm thuốc tráng cho tà-dâm. Hoặc đặt đồ huê-tình huê nguyệt cho sanh thói dâm. Hoặc đập chó. Các tội ấy đều bị chó vật chết, xé thây, ăn thịt tim phổi.

Đô-Thị vương đền tại đáy biển tây-nam, khám lớn là A-tì đại địa-ngục, rộng 8 trăm dặm do tuần, đều bao lưới sắt, lập riêng 16 địa-ngục nhỏ :

1· Ngục xao cốt chước thân, đập xương đốt mình.

2· Ngục sưu cân lôi cốt, rút gân nghiền xương.

3· Ngục nha thực tâm can, quạ ăn tim gan.

4· Ngục cầu thực trường phế, chó ăn ruột phổi.

5· Ngục thân tiện nhiệt du, mình tưới dầu sôi.

6· Ngục nảo cô, bạt thiệt, bạt xỉ, nổ đầu kéo lưỡi nhổ răng.

7· Ngục thủ nảo vị điền, con nhím khoét sọ ăn óc.

8· Ngục chưng đầu, quát nảo, nấu dầu, nạo óc.

9· Ngục dương súc thành hải, dê cụng bấy.

10· Ngục mộc hiệp đảnh ta, nổ nát sọ.

11· Ngục mạ tâm, móc tim mà xay.

12· Ngục phị than lầm thân, trấn nước sôi.

13· Ngục huỳnh-phong, ong vò-vẻ đánh.

14· Ngục nghị chú ngao thầm, kiến đục tóp (thắng mỡ ra tóp cho kiến ăn).

15· Ngục yết câu, bò cạp chích.

16· Ngục tử xích độc xà toàn khổng, rắn đỏ độc chun cửu-khiếu.

Phàm vua thế gian chế luật hình phạt, như tội nặng lắm xử· lăng trì (chém rồi sã tư·, xử trảm (chém), xử giảo (thắt họng). bỏn xuống chịu các ngục trước hành rồi, giải đến điện nầy, hoặc kẻ đốt nhà, nuôi sâu ngải thuốc độc, phá thai, hút hơi rún cho bồ, nút tinh trai, hoặc vẽ hình tục tĩu, đặt thơ tuồng truyện ca huê-nguyệt (thơ ăn tình) hay là bài thuốc mê, thuốc phá thai. Ai có phạm điều nào, thấy Ngọc-lịch thì ăn năn, thế chừa lỗi, không dám phạm nữa, nếu dâm thơ thì xé nảo, in rồi thì hủy bản, đốt sách, không truyền phương thuốc tà vạy nữa (thuốc tráng) thì sau xuống đây tha hành các ngục, giao qua Thập-điện cho đầu-thai làm người. Nếu nghe Ngọc-lịch mà còn làm các tội ấy, thì sau hành tử Nhị-điện cho tới đây, đây trước hành bào-lạc (xiềng tay chưn vô ống cột đồng đốt đỏ, đẩy lên cháy thành than) huờn hồn lại, giam vào ngục A-tì mà hành theo 16 ngục nhỏ, rồi huờn hồn nữa, đâm gươm vô họng thấu tim phổi, giam hoài đợi các nhà bị hại trên thế-gian khá lại, kẻ chết đầu-thai hết, hoặc nào bổn dâm-thơ hết lưu truyền nữa, hoặc phương thuốc độc hết truyền, hoặc kiểu hình tục tĩu tuyệt hết, thì hồn phạm mới khỏi giam đặng đi đầu-thai.

Nếu ai phạm các tội ấy, đến ngày vía trẫm là mồng tám tháng tư, ăn chay, day mặt về hướng bắc, vái nguyện chừa lỗi, mua thâu dâm thơ mà đốt, hoặc in Ngọc-lịch cho người, hết sức khuyên đời cải ác tùng thiện, đến mãn phần, ông Táo đề hai chữ *Phụng hành* trên trán thì từ Nhị-điện đến đây, tra công mà trừ các tội khác. (Nếu kẻ giàu sang có quyền thế cho bắt kẻ hung-hoang hay đốt nhà chúng, hoặc cấm dâm-thơ, hủy bản đốt sách, dán yết-thị cấm các việc hại đời ấy, thì cho con cháu nối đời thi đỗ làm quan. Nếu kẻ nghèo, dốt, phụ in Ngọc-lịch khuyên đời, sau đầu-thai hưởng phước).

Vua Phong-đô đại-đế phán rằng : « Tại Bát-điện có thành Uổng-tử, ở phía hữu diện nầy (vì 2 đền gần nhau) Thế-tục nói sai rằng : « Ai bị thác oan, thì hồn bị cầm thành Uổng-tử. » Đời nghe lưu truyền lâu, cũng tin là thiệt ! Sao không xét cho đủ lý, người đã bị thác oan ; còn cầm ngục là nghĩa gì ? Cho đi thong thả chớ không cấm cố, song nán đợi kẻ giết mình xuống Âm-phủ, hành tội trước mặt hồn oan thấy cho hết tức, rồi mới cho đi đầu-thai. Còn thành nầy để giam những kẻ vô cớ giận lẫy mà giết mình, trầm mình thắt họng, uống thuốc độc, vân vân ; giam đỡ đây đợi hành tội, chưa đặng đầu-thai chớ không phải các hồn bị người giết oan mà vào thành Uổng-tử. Nếu kẻ liều mình vì sự trung hiếu tiết nghĩa, hoặc quân lính vì nước mà tử trận, các bực ấy kẻ đáng thành thần thì hiển thánh, kẻ còn tội lỗi, không đặng thành thần, thì đã cho nguyên hình mà đi đầu-thai, có đâu giam cấm vào thành nầy mà chịu bó buộc thảm khổ hay sao ? »

VUA CHUYỂN-LUÂN NGỰ ĐIỆN CỬA THỨ MƯỜI

2· — Nhà giàu sang thí kinh lành, hoặc thí Ngọc-lịch, phước lớn.

2· — Tụng kinh, tụng Cảm-ứng, tu hành niệm phật, giàu sang sống lâu.

Làm các đều dử mắc tội :

1· — Hãm hiếp, dụ trẻ thơ mà ăn của, đều bị xay ra bột.

2· — Không kính giấy chữ, rủ ăn trầu, chó, phạt làm hành khất.

3· — Không kính người lớn, dạy khuyên đều phải mà chẳng vưng lời, hoặc thầy không bảo học trò trọng giấy chữ, đều bị đá đè.

4· — Không phải cúng ông bà, nuôi cho mọ, mà cất nanh. Hoặc mưu kế lường gạt ăn gian. Bày kiện thưa báo đời. Hoặc nghề vỏ đánh độc cho người chết. Các tội ấy đi ngang cầu Nại-hà, bị té xuống sông, cho rắn mãng-xà, cua-đinh ăn thịt.

Chuyển-Luân vương đến tại đáy biển đông, ngay rún trái đất, có làm cầu bằng vàng, cầu bằng bạc, cầu ngọc, cầu bằng đá, cầu cây (cầu ván) và cầu Nại-hà, cọng sáu cái cầu. Các điện giải hồn đến, xét tội phước cho đầu-thai các phương thế-gian, định giàu sang hèn khó, sống lâu thác yểu, đều ghi sổ rõ ràng mỗi tháng chạy tờ về Nhứt-điện ghi sổ, rồi nạp cho vua Phong-đô đại-đế.

Luật- Âm-phủ, phàm tứ sanh là loài đẻ con, loài đẻ trứng, loài dưới nước, loài biến hóa lộn-kiếp, những loại không chưn cẳng, hoặc loại hai giò, 4 chưn, nhiều cẳng, các vật ấy chết rồi hóa ra con tích (mà chết một kiếp, nữa) xây vần như cối xay, hoặc số năm nửa năm, hoặc sớm mai sanh chết, đổi dời biến hóa một kiếp, không định số, loài phải bị giết cho bết kiếp, cho đầu-thai các nơi mà trả quả. Mãn năm cũng phải trình sổ ấy cho vua Phong-đô đại-đế xem.

Phàm kẻ học nho có đọc kinh Diệc, các sải, mấy thầy tu có tụng kinh niệm chú, mà phạm tội nhiều quá, tuy bắt hồn đến các điện, cũng chưa hành đặng, phải giải đến đền trầm, vẽ hình và biên tên vào sổ Đọa-lạc-sanh-sách. Rồi giao cho Mạnh-bà ở đài Ư-Vong, đồ thuốc mê, cho đầu-thai chết trong bụng, hoặc sanh một đời ngày mà chết, đặng quên hết kinh chú, rồi Nhứt-điện bắt hồn tra tội mà hành.

Nếu ai công quá bằng nhau, hoặc dư quá chút đỉnh, thì định cho đầu-thai làm trai, làm gái, xấu tốt, khoẻ cực, giàu nghèo, đều giao Mạnh-bà cho uống nước mê (lú) rồi mới đầu-thai.

Trầm hằng kêu tên mà cho đầu-thai làm người, nhiều kẻ phụ nữ khóc lạy rằng : « Còn thù lớn chưa trả đặng, nên không muốn đầu-thai, thà chịu làm ma đói (nga quỉ). » Trầm hỏi rõ, thì chúng nó kể ra : hoặc con gái đồng-trinh, hoặc tiết-phụ, bị các trò tốt trai háo sắc, hoặc tham của các nàng ấy, lập kế dỗ dành, làm mặt nhơn nghĩa, nói tiếng ân hậu, mà tư tình cho được, kẻ nói dối chưa vợ, thề sẽ cậy mai đến cưới, hoặc gạt tớ gái, hứa sẽ lập làm thiếp mà lấy chơi phá trinh rồi bỏ, hoặc hứa nuôi mẹ già trọn đời, hoặc hứa nuôi con ghẻ. Các phụ nữ vì tin mà mắc, té ra hết của, thất tiết, mà chẳng đặng chồng ! Sau lại bảng rao cho cha mẹ anh chị hành hà, xóm riềng dòm tiếu, tức mình hổ thẹn mà liều mình, hoặc tức tối thất tình phát bịnh mà chết ! Nay nghe đứa phụ tình đi thi khoa nầy chắc đậu, nên xin ở lại đợi tới khoa mà báo oán đòi mạng, ngặt nó chưa tới số, hoặc phước đức tổ phụ nó còn nhiều, xin cho lên phá nó hôn mê, thi chẳng đậu, hoặc cáo với Văn-xương đế quân phạt nó phải rớt (mới ra sự đổi tên có đứa khác đậu thế), đợi tới số sẽ xin lên vật hồn báo oán. Các vụ ấy trầm tra rõ oan ức, thì cho tờ nó tới Nhứt-điện cho. Nếu ai ăn chay ngày vía trầm là 17 tháng tư, thề nguyền tin Ngọc-lịch mà ở, và bày nầy mà giảng cho các trò nghe đặng giữ mình, thì người giảng ấy trọn đời khỏi thủy tai hỏa hoạn, khỏi việc quan bua hình phạt.

Còn sở luân-hồi rộng bảy trăm dặm do tuần, trên dưới xung quanh đều có rào sắt và bao lưới phép, chia ra 81 chỗ, mỗi chỗ đều có nhà mát, các phán-quan thơ-lại, để bàn ghế biên chép. Ngoài rào sắt có 108.000 đường dương-trường (nhỏ như ruột còn dế) quanh co đi thông các nước. Chia ra sáu ngã (lục đạo) luân-hồi, loài người có hai : 1· giàu sang, 2· khó hèn, trong ngoài đều sáng. Còn bốn ngả tứ sanh, là : Thai-sanh, loài đẻ con (thú 4 cẳng), Noãn-sanh, loài đẻ trứng có hai cánh, Thấp-sanh, loài ở dưới nước, như cá tôm cua ốc rùa trạnh lươn chạch ếch nhái vân vân. Hóa-sanh là loài tằm hóa nhuộng, sâu lộn bướm, sùng hóa bồ-sẻ, đuông hóa kiến-dương, quăn hóa muỗi, kiến mối mọc cảnh vân vân.... Bốn loài ấy đường ở trong tối đen như sơn, ngó ra ngoài sáng như thủy tinh, như hai ngả loài người vậy. Các phán-quan thơ lại kêu tên nhìn mặt rõ ràng, cho luân-hồi sáu ngã, một mãy không sai. Các phán-quan thơ-lại, đền là người có hiếu đễ, cữ sát sanh, phóng sanh, tu hành, nên phong chức thần, mà coi sở luân-hồi ấy. Coi năm năm công bình không sai thì đặng lên chức, nếu trễ nải, hoặc lộng quyền, hoặc để tội trốn, thì bị phạt giáng chức, nhỏ thì bị đày.

Phàm kẻ bất hiếu, hoặc sát sanh nhiều quá, bị các ngục hành rồi, giải đến đây, sai quỉ-sứ lấy nhánh đào đập chết hóa ra con tích, cho đội lốt tứ sanh đi đầu-thai trả quả.

Phàm cầm thú : cá, loài trùng (tứ sanh đầu-thai muôn ngàn kiếp đã mãn tội, thì loài hóa sanh được làm thấp-sanh, thấp-sanh trở lại noãn-sanh, noãn-sanh trở lại thai-sanh, ba đời mà không giết hại mạng vật, thì được đầu-thai làm người. Tại đây cũng làm sổ, gởi qua Nhứt-điện phê, rồi cho đi uống thuốc mê nơi Mạnh-bà, rồi đầu-thai lên thế gian các nước.

LỜI VÀNG SANH CỦA PHẬT

Trẫm đem vào đây cho đời tỉnh lại.

Trên đời hay sát sanh, nên bị đao binh hại.
Báo oán giết một thân, thiếu tiền thiếu tới trại.
Mình đào hang ở kia, nó phá vợ con lại.
Oan trái trã xây-vần, lóng tai nghe phật giải.
Thịt, mua lừa khúc béo, cá, chác lựa con tươi.
Y phục kén phần nhứt, ruộng vườn chọn vẹn mười.
Phóng sanh thì tiết của, lảng phí chẳng nhường người.
Đến thác tay không nắm, một mình tội mấy mươi.

MẠNH-BÀ NƯƠNG-NƯƠNG COI ĐÀI Ữ-VONG

Thần Mạnh Bà oanh đời Tiền-hớn, hồi nhỏ học sách nhỏ lớn tụng kinh phật. Không nhớ sự đã qua, chẳng mơ việc sẽ đến. Cứ lo khuyên người cứ sát sanh và ăn chay như mình. Không chồng tới 81 tuổi, tóc bạc mà mặt còn tơ. Bởi họ Mạnh kêu Mạnh-Bà (bà họ Mạnh). Sau bà lên núi tu tới thành. Qua đời Hậu-hớn nhiều người biết kiếp trước, nhớ may đi nhìn, bà con xưa, lại trí hóa nhiều, nói lậu sự Âm-phũ. Bởi cớ ấy, Thượng-đế phong Mạnh-bà làm chức Ứ-vong nương-nương, là bà thần cho uống nước mê (tục kêu cháo lú), ở đài Ứ-vong nơi âm-phủ, trước đền Thập-điện ; đài ấy mới lậy rộng lắm, cấp thơ-lại quỉ-sứ cho bà sai. Lấy vị thuốc của thế tục, chớ ra như rượu, có đủ mùi ngọt đắng chua cay mặn, cho các hồn đầu-thai đều uống, cho lú quên các việc kiếp trước, lại cho mỗi hồn có vài ba phần tật, như nhớ cười lo giận, nhểu nước miếng, đồ mồ hôi, sổ mũi, khóc, khạc nhổ. Người lương thiện, cho thêm thông minh, tỏ tai sáng mắt, mạnh khỏe : kẻ làm dữ cho bớt tỉnh thần, trở ra bịnh yếu phạt lần, làm cho người biết cải ác tùng thiện.

Đài Ứ-vong ở trước đền Thập-điện, ngoài sáu cái cầu, cao lớn như nhà khách trong khách trong chùa (phương-trượng, xung quanh 108 căn, phía đông có đường rộng một thước bốn tấc. Trong các căn đều để binh chén mà đãi các hồn uống nước rồi đi đầu-thai. Miễn có uống bao nhiêu cũng đặng. Hồn nào nghịch mạng không uống, quỉ-sứ trói giò lại, thọc ống đồng vô miệng mà đổ nhiều nước mê, ực rồi mới mở trói đỡ ra ngoài đường, xô lên cầu tre nổi, dưới sông nước suối chảy đỏ lòm, ngó thấy bên mé có gành đỏ, (núi gie mé sông), đề bốn chữ phấn trắng, nét lớn lắm, bốn hàng chữ vầy :

> Vi nhơn dung-dị, tác nhơn nan,
> Tài yếu vi nhơn khủng cánh nan !
> Dục sanh phước địa vô nan xứ :
> Khẩu dữ tâm đồng, phước bất nan. »

THÍCH MÒN

> Xưa đề làm người, nay khó bì,
> Mong làm người nửa khó nhiều khi :
> Muốn sanh phú quí không chi lạ :
> Lòng miệng như nhau chẳng khó gì.

Các hồn coi rồi, hoặc đọc rồi, có hai con quỉ cao lớn ở mé bên nhãy ra tới mặt nước ; một con quỉ đội mão đen, bận áo gấm, tay cầm giấy viết, vai mang gươm trường, lưng đeo còng xiềng, trợn cặp mắt tròn vo cười ngất, ấy là quỉ Huợt-vô-Thường, còn quỉ kia mặt dơ chảy máu, mình bận áo cổ-giữa trắng, tay xách bàn toán, vai vác túi gạo, đeo đính bài trước ngực, châu mày nhăn mặt, thở ra than dài, ấy là quỉ Sanh-hữu-Phận. Hai quỉ xô các hồn nhào xuống khe nước dỡ mà đều thai. Kẻ có tội nhiều mừng đặng đầu thai làm người. Kẻ có công chưa dũ siêu thăng, thì tức và khóc rằng : « Tu chưa đúng bực, nên phải luân hồi cõi trần nửa ! » Các hồn như say như mê, nhập vào xác con nít trong bụng, hai chơn đạp cái nhau chung ra khỏi mình mẹ. Lâu ngày tham mùi ngon, không thương mạng vật, xa cách tánh lành, phụ ơn trời phật rộng thương, chẳng lo thác biển chết dữ, thân sau ra thể nào, thì củng làm hồn ma mang thây nửa !

Bài nầy là thơ-lại ở đài Ư-vong, viết rõ dưng Thượng-đế, xin cho để sau Ngọc-lịch cho đời hiểu (Nhậm tấu).

Vì Thập-vương làm não rồi, giao cho các phán-quan chép lại, về binh kỉ cang, có đề họ tên thuật tích, dưng cho Địa-tạng-vương xem tại ngày 30 tháng bảy. Qua mồng ba tháng tám Địa-tạng với phong-đô Thập-điện chư thần đồng dưng cho Thượng-đế phê chuẩn rồi, song chưa có ai xát phàm xuống Âm-phủ mà trao Ngọc-lịch đem về truyền lại thế-gian.

Qua củi đời Tống-nhơn-Tông, (nước Liêu niên hiệu vua Thái-Bình, nhằm năm Canh-ngủ, ngày mồng chín tháng chín (trùng cửu, trùng dương), Đạm-si đạo-nhơn (Kinh-Ngô) là thầy tu nước Liêu (Hồ-tăng) ở gần núi, ngày trùng cửu, lên đảnh núi dạo chơi, xảy thấy một tấm bia đá, chạm 32 chữ cổ tự như vầy :

Vô vi đại đạo, thiên tri nhơn tinh.
Vô vi yến minh, quỉ kiến nhơn thinh.
Tầm ngôn ý ngử, quỉ văn nhơn thinh.
Phạm cấm mản dinh, địa tháu nhơn hồn.

THÍCH NÔM :

Đạo cả thinh không trời biết lòng.
U-minh thần quỉ thấy người ròng.
Nói thầm, suy nghỉ, thần nghe hiểu.
Tội nặng tháu hồn, đất bắt vong.

Xảy thấy phía trong thắp đèn vàng, trước cửa điện có treo tấm biển 4 chữ : Xuất sanh nhập tử (nghỉa là : đầu thai thì đi ra, thác rồi hồn trở vào đó). Đạm-si đương coi, xảy thấy đồng-tử áo xanh, kéo vào đơn-trì (sân sơn son đỏ) quì lạy, rồi thối lui đứng trước thềm. Xảy thấy Thập-vương kéo vào, đọc lời chúc ngày vía Phong-đô đại-đế và dưng bổn Ngọc-lịch. Phong-đô đại-đế xem rồi, truyền văn vỏ các phán-quan, đòi các quỉ-sứ ngưu-đầu mả-diện, mang lông đội sừng đều đến chầu, đứng tám hướng. Truyền phán-quan đọc bổn Ngọc-lịch một bận. Các quỉ-sứ lạy tạ ơn tâu rằng : « Nếu ngày sau chúng tôi được đầu thai, hễ thấy Ngọc-lịch nầy thì thề nguyền y theo cho đặng siêu độ ». Xảy thấy hào-quang chiếu sáng, các phán-quan cai trị thành Uổng-tử vào ao Huyết-Ô, đều đem bổn số đến dưng và tâu rằng : « Từ năm Thượng-đế phê chỉ; cho ban phát Ngọc-lịch đến nay, bởi chưa có dịp đem lên Dương-gian, nên chúng tôi tra kĩ những phạm dư trăm ngục, có nhiều hồn khi còn sống hay giảng nhơn quã trong chốn đông người, hoặc giữa chợ đông, hoặc ngả ba ngả bảy, có người nghe tội phước mà hồi tâm. Chiếu theo luật Ngọc-lịch, cũng là khuyên người chừa lỗi, đáng ân xá tội nhỏ, cọng

50.480 hồn khuyến thiện, giảng quả báo. Nên Thập-vương hội nghị ân-xá bọn ấy. định vào sổ đầu thai, tùy theo tội ít tội nhiều, cho vào đường phú quí nhỏ, hoặc tầm thường. Kẻ tội nhiều cho làm người khó hèn, hoặc quan quả cô độc (quan là không vợ. và vợ ; quả là góa chồng ; cô là mồ côi ; độc là vô hậu không con, độc một đến già), đáng cho uống nước mê mà đầu thai, khỏi hành hình nữa, nên dưng sổ cho Đại-đế xem. » Phong-đô đại-đế xem qua khen phải.

Xảy nghe báo rằng : « Có phật Quan-âm Bồ-tát giáng hạ. » Phong-đô đại-đế với Thập-vương đồng ra chào mừng. Quan-âm mới xuống thì hình phụ - nữ, có Thiện - tài theo hầu, Long - nữ cầm phướng. Đến Đại-đế Thập-vương ra chào mừng, thì Quan-âm hóa ra hình ông Tiêu-Diện đại-sĩ (mặt xanh lưỡi đỏ), mình cao mười sáu thước mộc, truyền chỉ rằng : « Ta phụng chỉ Thượng-đế, y lời tâu của Địa-tạng với Thập-vương chư thần, xin ban Ngọc-Lịch năm đó, cho thế gian ăn năn, nguyện tu chuộc tội, khỏi hành địa-ngục, nay cho hồn phạm đầu-thai, trẫm rất vui lòng. Lại nghe vời đặng Đạm-sĩ mà trao Ngọc-lịch về dạy thế-gian cải ác tùng thiện. Trẫm ao ước có người tin Ngọc-Lịch truyền giảng mà khuyên đời, chừa lỗi làm lành như mình, được đông người sửa lòng như vậy, thì núi đao ao huyết cũng bỏ không, các địa-ngục càng ngày càng trống, thì người khuyến thiện thành chức : Trí-huệ dẫu thiện-viễn kiếp phật. » (vì phật Trí-huệ đem lành khỏi tội).

Đại-đế Thập-vương với các thần thành-hoàng (thần trong đình) đồng chấp tay nói theo rằng : « Vị khuyến thiện đáng thành chức phật ấy. »

Quan-âm nói : « Nếu người tu ở thế, thấy Ngọc-Lịch mà diễn-dịch ra ra cho người dốt đàn-bà con nít dễ hiểu, người ấy thành Công-đức nhơn thứ pháp thắng phật. » (Phật Công-đức nhơn xét tài năng).

Các vị ấy cũng chấp tay nói theo rằng : « Đáng thành phật....»

Quan-âm nói : « Nếu ai thấy Ngọc-Lịch, đi đứng nằm ngồi cũng cảm mến ơn trời, rèn lòng thanh tịnh, khuyên giảng độ người ăn năn làm lành đặng năm đều thiện, sẽ được làm bạt tiến cho vong hồn tiên-nhơn thân quyến. Lòng công bình muốn cho người đặng phước như mình, quyết khuyên dạy nhiều người tu hành, làm bạt tiến cho phạm hồn được đầu thai, địa-ngục phải trống, thì người ấy thành : Cứu-khổ tiêu nạn phổ huệ phật. » (phật Cứu-khổ nạn, ơn khắp nơi)

Các vị hết thảy chấp tay nói theo rằng : « Đáng thành phật.... »

Khi ấy Phong-đô đại-đế phán rằng : « Bởi Địa-tạng vương muốn siêu độ các phạm hồn nên truyền xét hồn nào hồi ở thế có biết ăn năn chừa lỗi, thì ân xá khỏi hành các ngục. Chư thần đã vưng chỉ. Ngài lại truyền Thập-vương hội làm Ngọc-lịch, dưng xin phê nơi Thượng-đế. Nhờ ơn Thượng-đế phê cho và có chỉ dụ sửa các khoản..... rồi đây trẫm sẽ dạy. Bởi bấy lâu chưa gặp ai đức hạnh, nhục thân đến cõi U-Minh, mà trao Ngọc-lịch đem về Dương-gian khuyến thế. Nay Đạm-sĩ đến dưới thềm, xứng đáng truyền kinh Ngọc-lịch. Như vậy nay đã có người rồi, các phán-quan thơ lại đem cuốn Ngọc-lịch, viết thêm lời Quan-âm phụng chỉ mới truyền, với chư-thần truyền dạy, biên thêm đủ đều và bảo Đạm-si ghi sự tích mình gặp truyền Ngọc-lịch vân vân, cho đời hiểu cội rễ. Còn khi trước có chiếu Thượng-đế chỉ dụ sửa các khoản :

1º. — Các văn biểu tâu xin phê chuẩn, đều bỏ đừng biên vì rộn ràng e đời khó hiểu..

2º. — Các vì thần với Thập-vương đề tên họ thiệt, và thuật lý-lịch tích mình vì làm sao mà thành, khoản ấy cũng bỏ, không cho đời biết sự tích làm chi, cứ để nội tước (chức, như mỗ Bồ-tát, mỗ đế, mỗ điện, mỗ vương, phán-quan thơ-lại, đề trống mà thôi, không cho người biết tên họ. Ví : Phong-đô đại-đế viết, Diêm-la vương viết. Đề chữ viết, bỏ họ tên, như phán-quan viết vân vân, phải chấm câu vòng câu theo lời nói, cho đời dễ hiểu, e ít học khó phân câu. Cứ y chỉ như vậy, các phán-quan viết lại, không nên làm sái. Còn mấy bài trầm bảo thích nghĩa, Dương-gian nói sái nói lầm như Huyết-Ô-trì, Uổng-tử-thành, thập bát tầng địa ngục vân vân, ngày giáp-thìn tháng ba, năm nhâm-ngũ, trầm có dưng sớ, Thượng-đế cho biên thêm vào Ngọc-lịch. Thôi cứ vậy bôi sửa đi. »

Khi ấy Thập-vương cầm viết, điện nào sửa theo điện nấy, rồi đưa cho phán-quan thơ-ký chép tinh lại. Khi ấy Đạm-si quì dựa bàn án mà xem các phán-quan chép tinh lại. Xảy thấy Tiêu-diện đại-sĩ, hiện lại hình bà Quan-âm, cầm nhành dương-liễu, chấm bình nước cam-lộ, rảy xuống ba lần, rồi đằng vân bay lên cao hết thấy.

Còn Thập-vương cũng từ tạ lui về các điện. Phong-đô đại-đế bãi chầu, ngự vào trong.

Lúc nầy các phán-quan chép các lời Quan-âm, sao Ngọc-lịch, biên các lời chư thần và đọc cho tôi viết từ chữ : « Thời thiên-hạ thái bình, canh-ngủ niên . . . . tới chữ chúc tất ». cộng 129 chữ rồi giao cho các vị viết thêm đủ đều, mới trao cho tôi mà dặn rằng : « Người biết mặt với họ tên chư thần đã nhiều, nay trở về Dương-gian, xin đừng nói lậu tên họ anh em chúng ta, e người đời biết có tổ-tiên thân thích làm phán-quan thơ-lại dưới âm-phủ, cơn nào nó có bịnh trọng, không lo làm phước cho mau mạnh, nó lại làm nhăn sát sanh cúng tế, đốt sớ điệp, cầu tổ-tiên phò hộ cho thêm tội chúng ta. Vã lại Thượng-đế chỉ dụ cho Đại-đế tại điện nầy với Thập-vương chư thần, còn phải bôi hết họ tên lý lịch, quê-hương sự tích thay ! Huống chi chúng ta là phán-quan, thơ-lại ? Bởi lòng người đời nay khó lường (khó độ) lắm, e khi mượn cớ ấy sanh sự nửa, thì người với chúng ta khó mà khỏi tội lỗi. Xin nhớ lời dặn đừng quên ??? » Tôi thích huyết thề nguyền, không dám nói lậu, lại ghi thêm các lời phán-quan thơ-lại dặn cho đời hiểu. Nếu tôi đặt điều mà giả mạo lời thần phật, trời đất thánh thần há dung sao ?

Nội đêm trùng-cửu, ấy Đạm si đạo-nhơn ghi lời bạt.

LỜI BẠT CỦA VẬT-MÊ ĐẠO NHƠN

Tôi hiệu là Vật-Mê đạo-nhơn (người tu, thầy tu tiên) tháng sáu, năm Mậu-thân, đi dạo qua tỉnh Tứ-xuyên, huyện Song-lưu, dọc đường gặp thầy tôi là Đạm-si tôn-giả (Hồ-tăng) sải nước Liêu. Tôi hỏi thăm thầy ở đâu ? Thầy tôi trả lời rằng : « Ta ở đất Luân-hồi sanh-tử (sống thác xây vần), ải Nhơn-quỉ khứ-lai (người ma qua lại), nghĩa là đi lạc xuống Âm-phủ mà về đây. Ta nói cho ngươi rõ : những kẻ ở thế-gian được đến mấy ngày vía Thập-vương, ăn chay cầu nguyện cải ác tùng thiện, cứ lạy hướng bắc (chỗ Ngọc-đế), nguyện chừa lỗi cũ, không dám phạm nữa, làm lành mà chuộc tội, sau thác hồn khỏi hành hình nơi các địa-ngục : ấy là ân xá giảm tội. Tại thế-gian nhiều án chạy khỏi chối được, chớ xuống âm-phủ không lọt một mảy lòng, không tha, cũng chẳng phép chuộc tội. Qui tại còn sống ăn năn làm lành mà trừ tội mới đặng. Ngặt người đời chẳng xét, tại cái tâm thiện thì làm người, tâm ác thời làm vật. Song kẻ phụ nữ trăm người còn biết ăn năn làm lành một hai người. Chớ đàn-ông ngàn người, may có một người cải ác ! Có nhiều khi gần chết mà chưa biết ăn năn, thì phải chịu hành nơi địa ngục ! Nay nhờ ơn Địa-tạng vương bồ-tát, truyền Thập-vương đọn Ngọc - lịch, xin chỉ Thượng-đế phê cho thế-gian, biết ngày ăn năn nguyện làm lành chuộc tội, lại truyền bổn Ngọc-lịch cho ta. Ta khuyên đời phải biết : có phước mới đặng làm người, còn sống, rán ăn năn làm lành kẻo muộn. Ngươi có lòng khuyến thiện, nay ta trao Ngọc-lịch cho ngươi sao ra truyền chớ đời biết ». Ta quì lạy lãnh cuốn ngọc-lịch, thầy ta lần lần bay lên cao. Nên ta sao ra cho đời, ai khắc in ra lưu truyền cho đời khỏi tội thì mình được phước. Khuyên ai phạm tội mau chừa, không phạm thì rán mà giữ. Đừng đợi thác rồi, mới muốn sống lại mà tu không đặng.

Vật-Mê đạo-nhơn ghi (ký)

Mười ngày vía Thập-vương, đều lạy hướng bắc :

Nhứt điện	Tần-quãng	vương	mồng 1	tháng	2.
Nhị »	Sở-giang	vương	» 1	»	3.
Tam »	Tống-đế	vương	» 8	»	2.
Tứ »	Ngủ-quan	vương	» 18	»	2.
Ngủ »	Diêm-la	vương	» 8	»	giêng.
Lục »	Biện-thành-vương		» 8	»	3.
Thất »	Thái-san	vương	27	»	3.
Bát »	Bình-đẳng	vương	» 1	»	4.
Cửu »	Đô-thị	vương	» 8	»	4.
Thập »	Chuyển-luân	vương	» 17	»	4.

Và 14, rằm, 16 tháng 5, mồng 3 tháng 8, mồng 10 tháng 10, ăn chay ngủ riêng như trên. Vía 10 vua, nội 4 tháng 1, 2, 3, tư.

THÁNH-ĐẢNG TRAI KỲ, GIẢI KỲ

(cấm phòng)

Các vía lớn, ăn chay, hoặc ngủ riêng, khỏi tội đặng phước. Tuy không ăn chay mà ngủ riêng cũng quí hơn. Tháng nào nhuần thì theo tháng trước ;

Tháng giêng : Mồng 1 vía Di-Lặc, Thiên–lạp, ngày cúng trời. Mồng 3 vía Tôn chơn-nhơn, tổ thuốc và Hát chơn-nhơn, ông tiên. Mồng 6 vía Định-chơn phật. Mồng 8 Ngũ-điện, Giang-đồng thần. Mồng 9 vía Ngọc-hoàng Thượng-đế. 13 Lưu-mảnh tướng-quân. Rằm vía Thượng-nguơn, Thiên-quan đại-đế, Hựu-thánh Tịnh-ứng chơn-quân. Từ mồng 8 đến rằm, các vị ấy đi dẹp yêu quái, ai ăn chay, ngủ riêng, tụng kinh, có phước hơn mấy ngày thường thập bội. 19 Khưu-trường-Xuân, ông tiên, cũng tổ thuốc (ông đặt chuyện Tây-du).

Tháng hai : Mồng 1 vía Nhứt-điện, Thái-dương, Cầu-trận. Mồng 2 vía Thổ-địa chánh, Tử-đồng Văn-xương (tụng Bổn-nguyện, Bảo-sanh . Mồng 4 Táo tướng-quân. Mồng 6 Đông-Huê đế-quân. Mồng 8 Trương đại-đế, Tam-điện, Thích-ca xuất-gia (tụng Kim-cang). 13 vía Cát chơn-quân, tổ thuốc. Rằm vía Thái-thượng lảo-quân (tụng Cảm-ứng). Tinh-trung Nhạc-nguơn-soái. 17 vía Đỗ tướng-quân. 18 Tứ-điện. 19 Quan-âm (tụng Phổ-môn, Cứu-khổ). 21 vía Phổ-hiền bồ-tát, Thủy-long thánh-mẫu nương-nương. 25 vía Huyền-thiên thượng-đế thánh phụ Minh-chơn-đế.

Tháng ba : Mồng 1 vía Nhị-điện. Mồng 3 vía Huyền-thiên thượng-đế (tụng kinh Báo-ân cho cha mẹ). Mồng 6 via Trương-lảo tướng-công, Nhạn-hương. Mồng 8 Lục-điện. 13 Trung-ương ngũ-đạo. Rằm Hạo-thiên, Huỳnh-đàn, Lôi-đình. 16 vía Chuẩn-đề, Sơn-thần. 18 Hậu-thổ nương-nương, Trung-nhạc. 20 via Tử-tôn nương-nương (bà chúa thai sanh). 23 Thiên-hậu nương-nương. 27 vía Thất-điện. 28 vía Đông-nhạc đại-đế, Khương-hiệt (ông thánh chế chữ).

Tháng tư : Mồng 1 Bát-điện. Mồng 4 Văn-thù bồ-tát. Mồng 8 Thích-ca phật tổ, Cửu-điện, Doãn chơn-nhơn. 14 Lử-tổ, Thuần-dương. Rằm Thích-ca thành (tụng Kim-cang). 17 vía Thập-điện... 18 Tử-vi đại-đế. 20 Nhẩn quang thánh-mẫu. 26 via Chung-san tướng-công. 28 vía Dược-vương cổ phật.

Tháng năm : Mồng 1 Nam-cực đại-đế. Mồng 5 Địa lạp (cúng đất). Ôn nguơn-soái, Đặng thiên-quân. Mồng 7 vía Châu thái-úy. Mồng 8 Nam-phương ngũ-đạo. 11 vía Đô thành-hoàng (cai trị các thành-hoàng). 12 Bỉnh-linh-công, 13 vía Quan Thái-tử 14, rằm, 16, ba ngày kị thần (cấm phòng). 18 Trương - thiên - sư. 20 Phùng chơn - nhơn. 29 Hứa oai hiển-vương.

Tháng sáu : Mồng 4 chư phật giáng. Mồng 6 Thôi-phủ-quân. Mồng 10 Lưu-hải-thiềm đế-quân. 13 Tĩnh-tuyền Long-vương. 19 Quan-âm thành đạo. 23 vía Quan-đế, Vương-linh-quan, Hỏa-thần. 24 Lôi-tổ. 26 Nhị-lang. 29 Thiên-xu tả-tướng (Châu-tử).

Tháng bảy : Mồng 7 Đạo-đức-lạp (cúng thần tiên) Ngưu-lang, Chức-nữ. 12 Trường-chơn, Đàm chơn nhơn. 13 Đại-thế chí bồ-tát. Rằm Trung-nguơn, Địa-quan đại-đế, Linh-Tế chơn-quân. 18 Diêu-trì Tây-vương-mẫu nương-nương. 19 Trị-niên Thái-tuế (Ân-giao). 21 Phổ-am tổ sư, Thượng-nguơn đạo hóa, Đường chơn-quân. 22 Tăng phước tài thần. 23 Thiên-xu thượng-tướng chơn-quân (Gia-cát). 24 Long-thọ-vương bồ-tát. 30 Địa-tạng vương bồ-tát (U-minh giáo-chủ).

Tháng tám : Mồng 1 Thần-công Diệu-tế Hứa-chơn-quân. Mồng 3 vía Táo-quân (mồng 3 với 27 Bắc-đẩu giáng hạ phải cử). Mồng 5 Lôi-thinh đại-đế. Mồng 10 Bắc-nhạc đại-đế. 12 Tây-phương ngũ-đạo. Rằm Thái-âm triều nguơn (tụng Thái-âm). 18 Tửu-tiên (Lý-thái-Bạch). 22 Nhiên-Đăng cổ phật. 23 Phục-ma phó-tướng Trương-hiền-vương (ông Trương). 24 Táo-mẫu (bà Táo).

Tháng chín : Mồng 1 Nam-đẩu giáng hạ (Từ mồng 1 đến mồng 9, 9 sao). Mồng 3 Ngũ-ôn. Mồng 9 Cửu-thiên huyền-nữ, Phong-đô đại-đế. 16 Cơ-thần. 17 Kim-long tứ-đại-vương, Hồng-ân chơn-nhơn. 23 Tát chơn-nhơn. 26 Ngũ-hiển linh-quan. 30 Dược-sư phật.

Tháng mười : Mồng 1 Dân-tuế-lạp, Đông-hoàng, Châu chơn-quân. Mồng 3 Tam-mao ứng-hóa chơn-quân. Mồng 5 Đạt-ma sơ-tổ. Mồng 6 Thiện-tào chư tư, Ngũ-nhạc Ngũ-đế giáng hạ. Mồng 8 vía chư phật hội niết-bàn, phóng sanh có phước thập bội. (Nếu ngày mồng 8 tháng 10, làm một tội nặng bá bội ngày thường). Rằm Hạ-nguơn Thủy-quan đại-đế, Đậu-thần, Lưu sứ-giã. 20 Trường Hư-Tịnh thiền-sư. 27 Bắc-cực Tử-vi đại-đế.

Tháng mười một : Mồng 4 Đại-thành chi-thánh Văn-tuyên-vương (Khổng-tử). Mồng 6 Tây-nhạc đại-đế. 11 Thái-Ất cứu-khổ thiên-tôn. 17 A-di-đà-phật (tụng Di-đà) 19 Nhựt-quang thiên-tử, Cửu-liên bồ-tát. 23 Nam-đẩu giáng-hạ, Trương-tiên, 26 Bắc-phương ngũ-đạo.

Tháng chạp : Mồng 1 Tiên-phật giáng-hạ (tụng kinh phước hơn nhiều). Mồng 8 Vương-hầu-lạp, Trương-anh-Tế, Thích-Ca thành phật (tụng Kim-cang). 16 Nam-Nhạc đại-đế. 20 Lỗ-ban. 21 Thiên-du thượng-đế. 24 Tư-mạng Táo-quân chầu trời (tối 23 cúng đưa trước. 29 Hoa-nghiêm bồ-tát. 30 Chư phật giáng thế xét lành dữ.

Mỗi tháng mồng 8, 14, rằm, 23, 29, 30, Bắc-đẩu giáng-hạ, ăn chay tụng kinh.

Tùng-Nhiên hòa-thượng ở chùa Thiên-thai đặt bài khuyến-thế :

Người đời chẳng tin nhơn quả báo ứng, nên có kẻ số thọ mà yểu, số giàu mà nghèo, tướng tàm quan mà thi rớt ! Sách Bửu-giám nói : « Lành thì trả lành, dử thì trả dử ; nếu chưa trã, tại ngày chưa đến. » Lại có bài thơ rằng ;

Trời xanh khó dối bởi không tây,
Mới tính thần hay nạp sổ nầy.
Lành dử rốt rồi đều trả quả.
Chẳng qua đền kịp với đền chầy.

Kinh Nhơn-quả nói : Phỏng kiếp trước dử lành, coi đời nầy họa phước Độ kiếp sau họa phước, tại đời nầy dử lành. » Lại nói rằng : « Dầu làm lành dử mấy kiếp, cũng trã cho mình. » Kinh Niết-bàn nói : « Quả báo có ba cách. 1· Hiện báo : làm lành dử đời nầy, trã phước họa cũng nội đời nầy ; 2· Sanh báo : kiếp trước làm, trả kiếp nầy, đời nầy làm, trã đời sau ; 3· Tốc báo : mới làm lành dử, trả phước họa nhãn tiền, trước mắt tức thì. » Phải biết trời đất không tư vị ai, tại mình làm lành dử nặng nhẹ, nên trã mau chậm khác nhau. Người đời khó hèn, điếc cám đi nhót, gảy tay, tật nguyền bịnh trời cho, đói lạnh, đều tại kiếp trước hưởng xài quá lẽ, làm dử phạt nội đời ấy chưa hết, kể tới số chết, nên đầu-thai kiếp nầy phải phạt thêm cho đủ tội. Như vậy mà không tin nhơn quả báo ứng làm sao ?

Người đời những kẻ không tin địa-ngục, đến gần chết hảy thấy ma quỉ, hoặc nghe tiếng binh khí, xiềng tỏa, mới tin có quỉ thần địa-ngục, liền van vái cầu thần. Té ra đèn giữa gió gần tắt, ăn năn muộn sáo kịp, khó trốn quỉ Vô-thường. Quí tại ăn năn cho sớm, tỉnh lại mà tu, gần chết mới sợ vô ích.

Đời Tùy vua Khai-hoàng, có quan tự-thừa là Triệu-văn-Xương chết đi sống lại nói rằng : « Hồn xuống âm-phủ thấy Châu-võ-đế bị xiềng ba lớp tại phòng, kêu Xương lại mà nhắn rằng : « Khanh về tâu với Tùy-hoàng-đế rằng : các tội lẽ trẩm xuôi hết, còn một tội hủy phật nặng lắm, mau làm phước bố thí, tụng kinh mà cầu cho trẩm khỏi tội. » Xương ra ngoài thấy một người dưới hầm phần ló đầu lên, hỏi ai đó ? Người ấy đáp rằng : « Ta là Bạch-Khởi, tướng mạnh đời Tần.

Sách Danh-thần-nghi : « Kinh-Công có con tên Phương dử lắm, xúi Kinh-Công làm nhiều đều trái lẽ. Đến Phương thác, Kinh-Công mơ màng thấy Phương mang gông đứng dựa cửa. Kinh-Công sửa nhà làm ra kiền chùa, bố thí tụng kinh cầu Phương khỏi tội. » Lấy sách nho đó làm chứng, đủ tin Ngọc-lịch, thì khỏi khổ phần hồn. Ông Tư-mã-Ôn-công nói : « Trên có Thiên-đường, người quân-tử thác rồi, lên Thiên-đường. Dưới có địa-ngục, tiểu-nhơn thác rồi, hồn sa địa-ngục. » Sao gọi không Thiên-đường Địa-ngục ?

Đoan-sơn đại-tiên là ông Vương-chương, đặt kỉnh-thế-lục, rằng : « Thiệt quả có địa-ngục. Bởi người tích lành, thì thuộc dương sáng, nên khi thanh lên Thiên-đường. Còn lòng tính dử, thuộc âm tối, nên khí trược xuống địa-ngục. Diêm-quân tra hỏi, hành tội mổ bụng rút ruột, đốt cháy, nấu dầu là tại lòng chứa dử. »

Người đời không tin thác rồi đầu-thai. Như kẻ không con, cưới vợ bổ nhiều cũng vô ích, vì không thai nghén, hoặc có nghén bị tử phúc trung, hoặc chết theo mẹ, không thì nuôi lớn chưa kịp có con mà chết yểu, thì cũng vô hậu, những kẻ ấy thiệt là vô phước lắm. Nên vợ chồng có con sum hiệp đến già, tuy khó hèn cũng là có phước nhiều ít mới đặng vậy.

Sách Danh-thần nói : « Mẹ ông Phạm-tổ-Võ, lúc gần sanh ổng, chiêm bao thấy người cao lớn xưng mình là Đặng-Võ tướng-quân đời Hán, thức dậy sanh con trai, mới đặt tên Tổ-Võ. Đến lớn ở thuần lắm; nên đặt tự Thuần-phu. «

Còn sách Tự-loại, sách Mông-cầu, có ghi tên tích Dương-Hộ sanh ra mà nhớ chiếc vòng kiếp trước. Bảo-tịnh nhớ cái giếng kiếp trước. Con gái Hướng-tịnh chết non, rồi đầu-thai lại nửa, mảng nói chuyện kiếp trước không sai. (Con ranh con lộn mà nuôi được). Người Văn-Thằm sống lại nhập vào xác khác. Những tích ấy đều tại sách Nho, sao không tin luân-hồi đầu-thai kiếp khác.

Phàm người lành, đầu-thai nhà giàu sang có đức mà hưởng phước. Công quả bằng nhau, đầu-thai nhà tầm thường công ít quả nhiều, đầu-thai nhà rủi ro, hèn khó mà trả quả. Như trong Ngọc-lịch nói : « Thử lòng kẻ ấy, còn làm dữ nửa, không biết ăn năn mà làm lành, thác địa-ngục làm con Tích, đầu-thai làm thú vật, nếu về hóa sanh lộn mãi, hết trông làm người.

Bà Diệu-Huệ chơn-nhơn (bà thân ông Văn-Xương) nói : « Con người ở đời, sống thác không nhứt định, ở tạm rồi đi, như trăng tròn khuyết, như bông nở tàn. Ngày nay mới sanh, là hồn chết kiếp trước lộn lại. Nếu thân trước chưa thác, thì hồn ấy có lộn vào xát nầy mà sanh ra đâu. Nên ngày nay đến chết, mà biết mình tội nhiều, thì trông đầu-thai tử-tế. »

Người đời chẳng tin thác rồi đầu-thai làm thú vật. Sách nho biên sự đầu-thai ấy rất nhiều, chẳng phải một tích. Sử Tùy-thơ, Lý-sĩ-Khiêm nói : « Ông Côn là cha Đại-Võ, hóa làm con cua-đinh ba căng, gọi là ba-ba. Người Đỗ-Võ hóa làm đễ-quyết là con quấc. (Nên chim quấc kêu là Đỗ-Võ, Đỗ-quyên). Bao-quân hóa rồng. Ngưu-Ai hóa cọp. Bành-sanh hóa heo rừng. Như-Ý hóa chó. Huỳnh-Mẫu hóa con vít, như càng-thay lớn lắm. Tuyền-Võ hóa trạch (cua-đinh, tục kêu là cái giải). Đặng-Văn hóa trâu. Từ-bà hóa cá. Kim-hạ hóa quạ. Thơ-Sanh hóa rắn. » Các đều đó biên nơi sách nho, sao mà không tin ?

Đức thánh Khổng-tử nói : « Sanh ra đến già phải thác, làm người chẳng sống đời, nếu theo dử bỏ lành, sao khỏi làm loài khác. » Kinh Lăng-nghiêm nói : « Người thác làm dê, dê thác làm người. » Phổ-Am tổ sư đặt bày kệ rằng : « Súc sanh bổn thị nhân lai tác, nhân súc luân-hồi cổ đáo câm. Bất yếu phi mao tinh đái giác, khuyến quân hưu sử súc sanh tâm. « Nghĩa là : Người lộn súc sanh cũng tại tâm, xưa nay người vật chuyển-luân thầm. Muốn không đội gạc mang lông xấu, khuyên chớ làm theo dạ thú cầm.

Ông Tịnh-trai học sĩ nói : « Thông minh bất năng địch nghiệp, phú quí khởi miễn luân-hồi. » Nghĩa là : Khôn lanh khó chữa tội phú quí cũng luân-hồi.

Ông Hồng-Mại nói : « Hay coi thọc huyết heo, làm thịt dê, sau gần chết la như tiếng heo dê kêu vậy, có khi chết rồi đầu-thai làm chim, cho người mua mà thả. Nếu đàn-bà hay coi sát sanh dê heo lắm, có khi đẻ ra đầu dê, hoặc mình rắn, hoặc trứng như trái cầu (đẻ bọc). » Cứ theo lời ấy, người ta còn đẻ súc vật côn trùng, hoặc đẻ trứng, huống chi thác rồi đầu-thai làm vật, mà gọi là không lẽ. Bởi luân-hồi mà trả nợ thường mạng, là nhơn quã xây vần. Khuyên đời đừng gọi mắt chưa thấy nên chẳng tin, cứ là dữ mải (tin tại phải lý, lựa chó mắt thấy, đợi mắt thấy đã chết rồi còn gì ! »

Xưa có kẻ hỏi thầy Trình-tử rằng : « Phật nói chết rồi đi đầu-thai nửa, sự ấy có thiệt chăng ? » Thầy Trình-tử nói : « Sự ấy nói có nói không cũng khó hiểu. Song xét lời đức thánh Khổng-tử dạy rằng : « Vị tri sanh, yên tri tử » (chưa biết sự mới sanh, đâu biết sự thác rồi), do một câu ấy đủ hiểu rồi. » Coi Trình-tử là ông thánh đời Tống, mà chưa dám gọi không luân-hồi đầu-thai. Còn xét lời nói đức thánh Khổng-tử, đâu biết việc thác, thì sự luân-hồi đầu-thai không phải huyễn. »

Ông Châu-liêm-Khuê tự Mậu-Thúc, là thầy hai ông Trình-Tử, là Trình-Hi, Trình-Hạo, (Y-Xuyên với Minh-Đạo.) Khi ấy ông Châu-liêm-Khuê hỏi thầy Huỳnh-Long Nam-thiền-sư rằng : « Chẳng hay đạo phật có dạy sự nhiệm mầu riêng hơn đạo nho chăng ? » Huỳnh-Long Nam-thiền-sư nói : » Thầy hảy xét các câu sách nhà nho của thầy, như đức thánh Khổng-tử nói : « Triêu văn đạo, tịch tử khá hỉ. » Nghĩa là : « Sớm mai nghe thấu mùi đạo, chiều thác cũng đành. » Xét đạo ấy là nghĩa chi ? Còn ông Nhan-tử không đổi sự vui, là vui việc gì ? Xét ra lý hai câu ấy, lâu lâu mới biết hiệp cái nhiệm-mầu của đạo phật, chớ không chi lạ mà hỏi. »

Đạo là thông hiểu sự phải, chắc ý mà làm, chẳng hồ nghi chi hết, vì biết số mạng trời định, cứ phải mà làm, tố nào theo tố nấy, chẳng phải rán cượng cầu mà đặng, nên đức thánh Khổng-tử nói : « Nếu cầu đặng sự giàu, tuy ra sức mệt nhọc, làm việc hèn hạ như kẻ đánh xe, mà đặng giàu ta cũng rán chịu cực chịu nhục mà làm cho giàu. Nếu tại số trời định, có cượng cầu cũng vô ích, thì thà an phận mà ở theo tố, là chỗ ưa của ta. » Nên ông Nhan-tử thông mùi đạo, cứ giữ đức hạnh học hành sửa mình gọi là vui theo tố bần-tiện, chớ không rầu buồn sự nghèo khó, nên sau ngài mãn phần làm chức Tu-văn-Lang tại Âm-phủ cũng đồng liêu với thầy Tử-Hạ. Đức thánh Khổng-tử cũng nói : « Thực sơ phạm, ẩm thủy, khúc hoằng nhi chẩm chi, lạc tại kỷ trung hỉ. » Ăn cơm rau uống nước lã, co tay làm gối nằm, ngài cũng vui vậy. « Quân tử vô nhập, nhi bất tự đắc. » Người quân tử không gặp cảnh nào mà chẳng vui, bởi vậy ngài mới thành thánh. Người đời không biết đạo, lòng tham vọng tưởng, cượng cầu cực khổ, không lợi lại bị hại, mau chết mà mắc tội nhiều, hại tới thân kiếp sau và để họa cho con cháu.

Người đời xem Ngọc-Lịch mà nửa tin nửa nghi, chưa dám đoán chắc là tại học chưa đủ lý : té ra gặp phước mà bỏ qua. Nếu hiểu nhơn quả đời trước là lành dử, đời nay chịu phước họa. Đời nay làm lành dữ, thì kiếp sau chịu phước họa mà còn nghi chi nữa ? May nhờ ơn trời, nhậm lời Thập-vương chư-thần, cho truyền Ngọc-Lịch đủ bằng chứng khỏi nghi, cũng như tích Lâm-tự-Kỳ sống lại, ghi cuốn Hồi-dương-nhơn-quả, thì mau ăn năn làm phước chuộc tội, nếu đợi gần chết ăn năn sao kịp ?

***

TÍCH TRUYỀN NGỌC-LỊCH MÀ CỨU HỒN MẸ

Tỉnh Tứ-xuyên, châu Dậu-dương, ông Viên-cần-An mãn phần, để một trai lại, tên Đức-Sơ mới bảy tuổi. Vợ Cần-An là Thiệu-Thị, thương con ốm yếu, nghe lời họ bày phép bổ ngươn, mỗi ngày dùng gà mập, nấu lấy nước thịt gà làm canh cho con ăn cơm. Nên mua gà nhiều lắm, đào trùng dế, nuôi cho mập đặng nấu cho con ăn. Đức-Sơ 15 tuổi, Thiệu-thị bịnh ghẻ đau nhức cùng mình, như dế cắn gà mổ, mà cũng còn nhắc đày tớ gái, làm gà cho con ăn. Đức-Sơ hiểu ý, liền cản, cấm không cho làm gà nữa. Thiệu-thị đau bảy năm, gần chết làm gà gáy, dế kêu ! Cào rách mình mà chết ! Đức-Sơ khóc kể, vì mẹ thương mình, nên sát sanh mới bị quả báo, liền thề cử sát sanh. Cách một năm, có nàng Ninh-Cô là chị con nhà bác, gã cho họ Tiền, bị để mà chết. Hồn xuống Nhứt-điện, vua xem bộ phán rằng : « Nàng nầy tội nhiều, đáng bịnh sản-nạn, giao qua Nhị-điện hành hình. » Phán-quan tâu rằng : « Viên-ninh-Cô có khuyên cha mẹ chồng đừng đốt cây khô nhiều kiến, đã ba lần. Lại khuyên chồng khắc in văn giải sát cho người 5.000 tờ và phụ in kinh Quan-âm phóng-sanh văn 3.000 tờ. Táo-quân tâu Thượng-đế cho sống thêm 30 năm nữa. Vua Nhứt-điện đứng dậy phán rằng : « Lành thay ! ! » Liền sai kẻ áo xanh cầm phướng đưa hồn về. Ra tới cửa ngõ đỏ, có thắp đèn vàng, nghe tiếng kêu rằng : « Ninh-Cô cứu ta với ! » Ninh-Cô ngó lại thấy thiếm là Triệu-thị đầu tóc chơm-bơm, mình máu lội bộ, chạy theo khóc rằng : « Cháu sống lại nói cho con ta hay, rằng ta bị khổ dưới Âm-phủ bảo làm phước mà chuộc tội cho ta, nếu khỏi tội, ta về cho chiêm bao mách-bảo trả lời. » Xảy thấy quỉ tóc đỏ, cầm chỉa đâm họng Thiệu-thị mà dẫn đi. Ninh-Cô sống lại, thuật chuyện... Đức-Sơ hay, liền lạy phật làm chay, tụng kinh tới 19 năm mà không thấy chiêm-bao. Cưới vợ là Thi-Thị, cũng cử sát sanh. Sau thấy kinh Ngọc-Lịch, Đức-Sơ nguyện sao tả cho người, đặng chuộc tội mẹ. Mới tả được 120 bổn lẻ, cho mới được 198 cuốn. Nhằm niên hiệu vua Càng-long trào Thanh, là năm canh-ngũ, đêm rằm tháng giêng, chiêm bao thấy Thiệu-thị về vổ lưng con mà khen rằng : « Con thiệt có hiếu, mẹ ra khỏi ngục, nhờ phát Ngọc-lịch 49 người bồi làm, vua đà tha tội, lại về mách bảo con hay, hồn mẹ được về ở tại mả, giờ tí ngày 18 nầy, sẽ đi đầu-thai hưởng phước. Còn con cũng đặng sống lâu nửa. » Đức-Sơ hỏi : « Cha tôi bây giờ ở đâu ? » Thiệu-Trị nói : « Đầu-thai đã lâu, lại chú giải kinh Nhơn-quả với Thiện-Thơ, nên thi đậu làm quan và mạnh khỏe.» Đức-Sơ hỏi : « Ở tại xứ nào ? » Thiệu-Trị không nói, xô Đức-Sơ thức dậy. Đức-Sơ thuật chuyện cho vợ nghe. . . Thi-Thị nói : « Tại mình mơ tưởng sao tả Ngọc-lịch nên chiêm bao thấy vậy. » Sáng Đức-Sơ đọn đồ ăn, bưng tế mả mẹ và đốt giầy áo, vàng bạc, vái rằng : « Nếu mẹ cho con thấy chiêm bao nữa, thì con mới tin chắc. » Đêm ấy, Đức-Sơ thấy Thiệu-Thị về điềm mặt Thi-Thị mà mắng rằng : « Mầy ghét chồng sao Ngọc-lịch nên mầy xé năm cuốn, thiếu chút nửa mà hại ta ! Lại nói cho chồng không tin điềm thiệt, mầy sẽ mắc họa bây giờ. » Đức Sơ giựt mình dậy hỏi vợ, sao mình xé 5 cuốn Ngọc-lịch ! Thi-Thị nói : « Đừng có nói yêu nói ma, có ba đều không đáng tin lắm ; 1· Cử sát sanh, không cho đồ sống vô nhà. như sải vãi một thứ : 2· Đêm nào ngày nấy, thầy sãi tụng kinh hơn hai mươi năm mà củng còn mắc tội dưới âm-phủ ! Giá vì sao mấy bổn kinh mà phước nhiều vậy ? Còn tinh là nghĩa gì ? 3· Nói tôi xé 5 cuốn, sao mình không nghỉ ? Mình viết rồi cất vô tủ khóa lại, tôi làm sao mở ra đặng mà xé, còn tin nổi gì ? Chẳng phải thiệt hồn mẹ về mách bảo đâu ! Ấy là mình vọng tưởng mà thấy bậy, e không bao lâu, sẽ điên cuồng mà chớ ! » Đức-Sơ nghe nói lưởng lự, vì củng phải lý để nghe. Đêm 17 qua ứng mộng bên nhà em Thi-Thị và ứng mộng nhà cháu là Ninh-Cô, rồi về ứng mộng dâu con mà mắng rằng : « Mồng sáu tháng bảy năm ngoái, Châu-phụng-Cô là gái xóm nầy vào nhà ngồi chung với mầy mà thêu giày, mầy có lấy một cuốn Ngọc-lịch để trong rổ may. Đêm sau mầy giận chồng mầy không cho Phụng-cô vô nữa, nên mầy xé 5 bổn Ngọc-lịch. Bửa sau em mầy là Thi-Phúc đến thăm, thấy kinh rách, năn-nỉ xin về đóng lại dán lại viết vô mà cho người. Âm-phủ đả ghi phước cho Thi-Phúc. May sao con ta để vô tủ mà khóa, phải không thì mầy củng xé nửa ! Nay lại chối lức, đặt chuyện ba đều không đáng tin, tội giả hàm nặng lắm. Táo-thần với Thổ-địa đả chịu cho tà quỉ vô nhà hành mầy, chạy đâu cho khỏi họa ! » Nói rồi xô đồ bàn để đồ trang điểm một cái rầm ! Vợ chồng giựt mình thức dậy ! Đức-Sơ hỏi vợ tin không ? Thi-Thị nói : « Ai tin thì gọi có, ai không tin thì gọi không . » Xảy thấy một đống khói đen bay vô cửa phòng ! Thi-Thị dùng mình, ngó chồng mà nói rằng : « Mình tả thêm ít cuốn nữa, thả tin là có, chở gọi là không . » Đức-Sơ biết vợ có xé kinh thiệt, nên mới nói như vậy. May mẹ đả đầu-thai nên tin chắc, thôi cậy sải tụng kinh nửa, quyết lòng tả Ngọc-lịch làm phước.

Đêm ấy Thi-Thị phát nóng, lưng vai đau nhức như đánh như dần. Rước thầy thuốc coi mạch. Thầy thuốc nói : « Ấy là âm-độc làm ghẻ ác, phần thiếm có thai, nên không dám dùng thuốc nóng mà trị, thế phải chịu phép ! » Đức-Sơ rầu lắm. Kế em vợ là Thi-Phúc ghẻ. Ninh-cô cũng đến thăm, đồng thuật chuyện chiêm-bao, bảo Đức-Sơ van-vái. Đức-Sơ vào bếp, vái ông Táo, nguyện tả một trăm bổn Ngọc-lịch mà cầu cho vợ mạnh. Thi-thị dương nóng mê, vùng dậy quì dưới đất, lạy khan mà nói rằng : « Từ rày sấp lên, tôi tin Ngọc-lịch, tình nguyện bán hết đồ nữ trang, mướn tả Ngọc-lịch cho người mà chuộc tội. » Xảy thấy ông đội mão thất tinh, bận áo đen, đuổi đống khói đen dưới giường lăn ra bay mất. Thi-thị bớt nóng, hết sưng lưng vai (chứng phát bối). Bữa sau sanh con trai, mẹ con mạnh khỏe. Nội trong hai tháng, vợ chồng mướn nhiều người tả đủ một trăm bổn Ngọc-lịch cho người. Bởi vợ chồng cám ơn thần, nên biên sự tích vào đây mà khuyên đời, không dám giấu sự lỗi.

BỞI CHÊ NGỌC-LỊCH BỊ PHẠT NHÃN TIỀN

Phan-ngưởng-Chí là kẻ học nho, không tin Ngọc-lịch, viết bậy vô mà kiêu ngạo. Phê tại câu : « Đâu thấy hồn ma mang gông. » Đề ba chữ son rằng : « Thị chi chí », (rất phải lắm). Bôi mực mấy bà từ Nhứt-điện tới Thất điện. Tại Ngủ-điện lấy son gạt tréo. Trên câu nói : « Uống rượu lảng phí . . . », nó đề hai chữ son lớn : Khả tiếu». (Thức cười quá !) Chỗ thập-điện nói câu : « Đàn-bà còn gái bị học trò gạt nên thuận theo thất tiết . . . », nó đề 11 chữ mực : « Phụ nữ tự kỉ tầm tử, dử nam tử hà thiệp ? » (Tại phụ nữ liều mình, đàn-ông có can cớ gì ?) Chỗ nói đầu-thai, nó đề hai chữ son : «Loạn họa ! » (nói bậy !) Chỗ Mạnh-bà, mấy câu ấy, có chấm mực vài hàng. Trên bổn chữ « Khổ căn nan đoạn » (còn đầu-thai cõi trần cực khổ), nó khuyên son trét ! Tới câu : Làm hồn ma mang thảy nửa », nó khuyên son 9 khuyên. Từ ấy sấp sau chỗ bôi, chỗ gạt tréo, cho tới chỗ câu : « Hào quang chiếu sáng, Quang-âm giáng hạ » nó vùng phát điên. Nửa đêm nó mở cửa chạy ra phố chợ, hai tay chống đất, bò càng, lật phao tay đổ máu, trầy đầu gối tả giò, bò một hồi làm như bị trói cẳng, mọp đó la lớn rằng : « Bớ con ơi ? ? Mau đem cuốn kinh Ngọc-lịch ra đây đặng đưa cho lối xóm, đem cúng trong chùa Tây-Nhạc đại-đế ». Con nó về lấy kinh trao cho xóm, trở vô thấy nhà phát hỏa, cóng cẳng chạy không kịp, nên bị chết thiêu ! Nó nóng họng chạy về chữa lửa, thấy vợ nó là Hoàng-thị lõa thể (trần truồng) chạy ra. Ngưởng-Chí mắc cỡ nói với xóm rằng : « Người đời đừng bắt chước tôi ở độc nhiều năm, nay thấy Ngọc-lịch còn không tin mà chừa lỗi, lại phê ngạo nhiều câu, nên bị trời phạt nhãn tiền độc quá ! Nói rồi lửa cháy tới, cứng cẳng chạy không đặng, phải bị chết thiêu ! Bầy chó nhảy vô kéo thây ra, xé ăn tới xương cốt !

Xóm coi thấy phê trong Ngọc-lịch như vậy, ai cũng dùng mình ! Mới biết tại tội nặng quá, nên trả lẹ lắm ! ! ! Còn vợ nó mắc cỡ, trốn xứ nào bặt tin không biết !

GANH GHET MUỐN DẸP NGỌC-LỊCH BỊ BÁO NHẢN TIỀN

Tại xứ Tây-hương chùa thần Thổ-cốc (ông Trương), có một sải, tên Đạt-viễn, đặng cuốn Ngọc lịch, cầm qua am Thuần-dương mà coi với đạo-sĩ (thầy pháp) tên Quán-Tiên. Hai thầy coi tới chỗ thầy chùa thầy pháp ăn tiền tụng mướn mà tụng sót, thác sau phải vào sở Bồ-kinh mà tụng bồ, vân vân. Lại coi tới chỗ luân-hồi, nói thầy chùa thầy pháp có tội nhiều, các ngục hành hình không đặng, phải cho uống thuốc mê, đầu-thai tử phúc trung hoặc chết yểu nhiều kiếp, cho lú quên hết kinh chú, rồi mới hành hình, vân vân. Đạt-viễn nói : « Chúng ta nhờ cây tụng kinh mướn mà khá, nếu Ngọc-lịch lưu truyền nhiều chỗ, thì nghề làm ăn chúng ta phải ế ! Dầu xé đốt Ngọc-lịch cũng không hết đặng, biết làm sao ? » Quán-Tiên nói : « Tôi biết cầm cơ thỉnh tiên. Thầy sẻ bảo các sải rủ người ngoài, hoặc bổn đạo đến coi thỉnh tiên. Tôi làm bộ cơ lên, viết chữ nói phá Ngọc-lịch thì chúng hết tin ». Đạt-Viễn đi khoe cùng, nói tại am Thuần-dương (Lữ-động-Tân) thỉnh tiên linh lắm, ai cầu hỏi việc gì, thì đến mà hỏi, hoặc xin toa thuốc xin bùa, thần tiên cũng cho ». Thiên hạ nghe nói, lưu truyền lần ra, nên ngày nọ nhiều người đến am Thuần dương coi đạo sĩ thỉnh tiên, tới dưng hương chật trong chật ngoài. Quán-Tiên làm bộ lập bàng xông cơ, lúc đỏ đèn niệm chú, phung nước đốt bùa . . . Một lá cơ lên, đồng bưng cơ, thầy lại coi, viết chữ trên mâm cây vuông đổ cát, Quán-Tiên kêu ai biết chữ tiên viết. Người biết chữ lên đàn, coi thấy trong mâm các có bảy chữ lớn rằng : « Ngô Thuần-Dương tổ sư chí hỉ » và chín chữ nhỏ : « Phàm nhơn khấu vấn giả, tốc tốc lai vấn ». (Nghĩa là : Ta là Thuần-Dương tổ sư đến rồi. Ai hỏi sư chi, mau lên mà hỏi) Ai nấy, nghe đọc như vậy, thì rùng rùng lên đàn. Quán-Tiên nói : « Đừng lại đông lắm, hỏi rộn không nên, vô từ người lạ mà hỏi cho tử tế ». Đạt-Viễn qui lạy vái lớn rằng : « Chẳng hay trong đời việc chi quí hơn hết, xin tổ sư chỉ dạy ». Cơ viết nhiều chữ nhỏ như vầy :

« Thứ nhứt kinh đạo sĩ (Thầy pháp), thứ nhì trọng thầy chùa, Đạo-sĩ
« dưng sớ, cầu đặng sống lâu. Hòa-thượng tụng kinh siêu độ, đưa vong
« về Tây-phương. Duy có một chuyện không nên nghe, là thứ Ngọc-lịch
« bảo ăn năn chừa lỗi làm lành mà trừ tội ! Có đâu dễ như vậy ! Nhiều
« người tin khắc bản lưu truyền mà gạt kẻ dốt phải lầm ! Nếu ai gặp
« Ngọc-lịch thì xé mà đốt đi đặng phước lớn ».

Người coi đọc rồi, lấy giấy chép ra chưa rồi bài ấy. Xảy thấy hào quang xanh lét chiếu vô đàn, Quán-Tiên dùng mình té nhào xuống đất, Đạt-Viễn cũng nhào theo. Người chép bài ấy, đứng dựa bàn Lữ-tổ, trợn mắt hét lớn rằng : « Ta là Liễu-tiên đây ! vưng lịnh tổ-sư truyền dạy cho đời rõ : Bởi người đời vô phước, làm dử không ăn năn. May nhờ trời nhậm lời Thập-vương các thần tâu, ban phát Ngọc-lịch cho Đạm-si đem về, truyền người đời xem mà chừa lỗi, không dám phạm nữa, lời thần tiếng phật tiên thánh khuyên răn. Thượng-đế truyền chỉ Đô-thành-hoàng, mỗi ngày canh thâu phân phiên các du-thần ngày đêm soi xét nhơn gian lành dữ. Nay có thầy chùa Đạt-Viễn, thầy pháp là Quán-Tiên dám ganh ghét Ngọc-lịch, lên cơ giả mà nói gạt đời. Tội đứa ấy đáng đọa địa-ngục hành tội cho đến kiếp, rồi giam hoài ngục A-Tì, không đặng đầu thai. Nếu ai ghét Ngọc-lịch, mà không tin, cũng phạt như Quán-Tiên Đạt-Viễn vậy. » Nói rồi, ngó thấy cơ tự nhiên không ai vịn mà lên, viết 33 chữ như vầy :

> Tâm bịnh tu tương tâm dược y.
> Huyết nhục huân tinh thiểu ngật ta.
> Thơ trung tự hửu ba la mật.
> Năng sử oan khiên tận thoát ly.

Ngô Liễu-Tiên khứ dã.

THÍCH NÔM :

> Bịnh tâm, thời trị thuốc bằng tâm.
> Huyết thịt ít ăn đặng phước thâm.
> Ngọc-Lịch thánh thần tiên phật dạy.
> Độ đời khỏi đọa, hết mê lầm.

Ta là Liễu-Tiên đi rồi.

Người coi chữ sao chép rồi, bước xuống nói rằng : « Hồi nãy tôi chép còn một chữ thì hết bài trước. Xảy thấy một ông mặt xanh môi đỏ, lên đàn, bảo tôi truyền lời Lữ-tổ dạy rồi đằng-vân bay mất ! » Ai nấy hải kinh về hết. Không biết Quán-Tiên với Đạt-Viễn hai người bấm mình la hoài cho tới chết mới biết quả báo nhãn tiền lẹ quá ! Ghê thay !!

KỈNH-TÍN-LỤC
(Truyền Ngọc-lịch được phước)

Người bị chết trôi, lửa cháy, trộm cướp, tai họa, đều đổ tại thời vận, không dè tại mình làm dữ mà ra. Bởi chẳng kiêng trời đất, không tin tiên phật thánh thần, bất trung, bất hiếu, bất nhơn, bất nghĩa, hũy hoại lúa gạo, bỏ xả giấy chữ nho, sát sanh hại vật, khoe mình hiếp người, mê đờn ca, đắm tửu sắc, theo bài bạc gian lận, nếu phạm các tội ấy, dẫu có khỏi tội vương-pháp, thì cũng bị thần phạt mắc tai họa. Nếu tin Ngọc-lịch, gặp ai cũng giảng tội phước quả báo, sau thác dả tiêu hết tội, mà còn sống bây giờ củng được hưởng phước sống lâu. Nay mới nghe các tích làm lành đặng phước, dổi rủi ra may, kể ra sau nầy, đều việc nhãn tiền, thiên hạ có nghe có thấy.

Ông Huỳnh-phương-Châu ở huyện Đại-Hưng, trấn nhậm huyện Khúc-Dương, làm quan giáo-thọ, vợ cũng làm lành. Khi đương làm việc tại đó, khắc bản kinh Kim-cang, kinh Cãm-ứng, kinh Âm-chất, in mỗi thứ vài ngàn bộ, vợ in Ngọc-lịch vài ngàn cuốn mà cho người, phóng sanh chim cá không biết mấy muôn ngàn mạng. Sanh năm người con trai, đầu lòng là Thúc-Tâm đậu Thám-hoa, còn bốn người kế là Thúc-Kinh, Thúc-Kỳ, Thúc-Huyền, Thúc-Tuyên đều đậu.

───────────

Mục-quắc-Duy ở huyện Ngô, đậu Tấn-sĩ trào Minh Thiên-Khải, ở nhà không làm quan. Hay thỉnh nhiều thiện-thơ (kinh lành), thấy Ngọc-lịch liền sao tã cho người, thấy có rách thì dán lại, năm thất mùa thì đầu đậu thí lúa, lúc thiên thời thì thuốc. Con trai Huệ-Viễn đậu Tấn-sĩ trào Thanh Thuận-Trị, cháu là tên Đồng đậu Trạng-nguơn, Cãnh-Tuyên đậu Truyền-lô, Kế-Nhượng đậu Tấn-sĩ. Con của Đồng tên Tảo, đậu Bản-nhãn. Các chắc đều bổ Hàng-lâm, Tấn-sĩ, nối đời làm quan, cũng nhờ bố thí.

───────────

Bành-nhứt-Am ở huyện Trường-châu, gặp thất mùa thì thí lúa, thấy thiện-thơ thì in. Con là tên Căn, sao tả Ngọc-lịch dư trăm mà cho người, thi đỗ Trạng-nguơn, chắc là Khải-Phong cũng đỗ Trạng, bởi nhờ thí Ngọc-lịch.

───────────

Từ-trước-Đinh ở huyện Côn-san, làm biện-lại với quan Nghiêm-văn-Tịnh. Khi trấn nhậm tỉnh Chiếc-giang, dân bị nước lụt. Trước-Đinh nói nung cho ông Nghiêm-văn-Tịnh bố thí, cứu sống nhiều mạng. Còn làm phước đều nầy : lúc trào Minh vua Sùng-trinh, bị loạn giặc bắt vài trăm phụ-nữ, gởi lại Trước-Đinh bảo giữ giùm. Từ-trước-Đinh lén cho phụ-nữ bạc tiền, mà thả đi hết, liền lập thế đốt nhà mà phi tang, đem bãn kinh Ngọc-lịch với gia quyến trốn qua ở huyện Thái-thương mà lánh nạn. Thuở nay Từ-trước-Đinh in Ngọc-lịch thí cũng nhiều lắm. Đến thái bình, con trai lớn là Từ-kiền-Học thi đỗ Thám-hoa, làm tới chức Thượng-thơ, con giữa là Binh-Nghĩa cũng đậu Thám-hoa, làm chức Thị-lang, con út là Nguơn-Văn làm tới chức Thiên-quan trũng-tể. Năm người con của Từ-kiền-Học là Thọ-cốc, Huỳnh-thọ, Mẫn-Thọ, Từ-Binh, Từ-Tuấn đều thi đậu.

───────────

Thái-bội-Lan ở Hồ-châu, ở hiếu đễ (thảo thuận), liệu tặn cho dư mà bố thí, hay thí thuốc cho nhà nghèo, con côi đàn bà goá cậy mượn thì chẳng tiếc. Nếu phụ-nữ hoặc trẻ thơ làm mất đồ, không dám về nhà, thì cho mà thường lại. Hay cho kinh Ngọc-lịch, 84 tuổi không bịnh ngồi xếp bằng mà mãn phần. Lối xóm thấy có Tiên-đồng Tiên-nữ mời Bội-Lan lên xe. Cháu là Khải-Tôn, chít là Thăng Nguơn đều đỗ Trạng.

───────────

ᵗ Hùng-triệu-Đảnh ở huyện Nam-xương, làm thầy thuốc thuở 19 tuồi. Coi Ngọc-Lịch mấy khoản dung-y hại người bị vào Huợt-đại địa-ngục, nên giữ mình trị bịnh kĩ cang và giảng cho thầy thuốc khác nghe nữa. Mình đã in thí, lại rủ nhiều người. Phàm trị bịnh không nài cực khổ, chẳng luận giàu nghèo. Nếu kẻ nghèo không có sâm, cũng tán nhỏ mà cho không. Nhà giàu thưởng bao nhiêu tiền, đều tùy cơ bố thí cho kẻ khó. Gặp năm thất mùa, thì đi bộ coi mạch, chẳng nỡ làm tốn tiền xe người. Vợ cũng hiền đức, thuận theo ý chồng, mùa đông bận áo vải cũng không phiền. Đến 80 tuổi, nhằm ngày sanh Triệu-Đảnh, xảy thấy thinh không hiện ra một bức lụa đỏ, thòng giữa căn nhà, đề chữ vàng rằng :

« Phụng Thiên-đế mạng, Hùng-triệu-Đảnh phó Phước-kiến tỉnh, Thành-hoàng tư nhậm. » (Vưng chỉ Thượng-đế phong Triệu-Đảnh làm thành-hoàng tỉnh Phước-kiến).

Cách ba bửa mùi hương đầy nhà. Triệu-Đảnh tắm gội, thay y phục mới, ngồi xếp bằng mà mãn phần, con cháu thi đậu nhiều đời.

Trương-mạnh-Cầu làm quan Án-sát trấn tỉnh Hà-nam, tánh ở thanh liêm, có ăn oai nhơn chánh. Có khắc bản Ngọc-lịch, Âm-chất, văn giải sát của Liên-tri đại-sư (nay đem chúng vô Ngọc-lịch rồi). Tánh ghét họa hình tục tĩu, bài thuốc tráng dương, bài thuốc phá thai, và đồ nghề bài bạc. Nếu gặp thì hủy hết, ai cáo thì được thưởng. Năm nào thất mùa dân đói thì thí lúa, cho tới xứ khác nữa. Vợ cũng cầm đồ mà phụ với chồng in Ngọc-lịch và thiện thơ. Những kẻ nghèo bịnh đều nhờ ơn hai ông bà. Sanh năm trai đều thi đỗ làm quan.

Trương-xuân-Phố nhà giàu mà cần kiệm như nhà nghèo, thấy thiện thơ thì bão con cháu sao tả cho người. Tánh ở thuần hậu, con cháu hay tả kinh, sau thi đậu tới đời chắc.

Tỉnh Chiếc giang, phủ Hàng-châu, Từ-văn-Kĩnh làm đại thần mà hay giảng kinh sách tam giáo, in Ngọc-lịch, có khắc thêm Kĩnh-Tín-Lục là các bài nói trước đó mà cho đời. Mẹ ngày nào cũng niệm phật Quan-âm. Năm đói thời thí lúa. Sau coa làm tới Trủng-tể, các cháu thi đỗ làm quan.

Trần-thị là họ lớn tại huyện Hải-ninh, lập trại hàng thì quan quách, thí thuốc, thí đất cúng, tối trời thắp đèn ngoài đường đi, thí Ngọc-Lịch. Con cháu thi đậu, nổi danh tỉnh Chiếc-giang.

Tại tỉnh Chiếc-giang, phủ Hàng-châu, có bốn họ đại-phú là : họ Quan, họ Uông, họ Tôn, họ Triệu, đều nối đời nhơn đức bố-thí nên giàu bền không-cồi. Họ Quan, cha con thi rồi, về lo giải thiện-thơ, kế nghe báo :

cha con đều đậu. Còn họ Uông tới đời nay còn thí thuốc Tử-Hà, giàu hoài không cồi. Họ Tôn thí Ngọc-Lịch và các thiện-thơ. Họ Triệu thí quan quách quần áo. Bốn họ ấy giàu bền, lại phát quan, là nhờ bố-thí làm phước.

Lưu-học-Triều ở huyện San-âm, năm Bính-thân trào Càng-long, dắc gia-quyến đến kinh-đô đợi bổ ra làm qnan. Dọc đường gặp đàn-bà bận áo đỏ, nói : « Hồi tôi còn sống muốn in Ngọc-Lịch một trăm bộ, bị ông căng trở, hại tôi bây giờ mắc tội dưới Âm-phủ. » Lưu-học-Triều hải kinh nhìn lại, là nàng họ Trịnh, vợ của người đày tớ củ. Đi tới kinh phát bịnh, hay thấy hồn họ Trịnh đến gày hoài. Vợ là họ Khương hay sự ấy, vái in hai trăm bộ thí cho họ Trịnh. Lưu-học-Triều vùng nói : « May nhờ ơn phật, tôi được siêu độ. » Nghe in giọng nàng họ Trịnh ! Khương-thị càng tin, lo in lập tức đem cúng tại am cô vải. Cách nửa tháng, hai vợ chồng đồng thấy nàng họ Trịnh về lạy tạ rằng : « Nhờ ơn in Ngọc-Lịch, tôi đặng đầu-thai. Diêm-vương chia phước cho bà phân nửa, sau gặp nhiều sự may. » Lưu-học-Triều thức dậy, liền mạnh.

Cầu-phục-Sơ ở tỉnh Nam-kinh là người chí hiếu với cha mẹ. Vợ chết, có con là Đại-Vinh cũng có hiếu. Tánh Phục-Sơ không tin có quỉ thần địa-ngục. Ngày kia đi buôn bán đặng cuốn Ngọc-Lịch đem về, cha con coi với nhau, cha gọi nói huyền nên bỏ dẹp trên gát ! Con là Đại-Vinh mộ lắm, muốn kiếm bản in ra lưu truyền, sợ cha quở nên không dám. Phục-Sơ bịnh nặng, ngó thấy nhiều con quỉ dị hình tới phá, bèn kêu con mà than rằng : « Nay mới biết có quỉ ma địa-ngục, ăn năn xưa không tin Ngọc-Lịch mà ở theo ! » Đại-Vinh nghe nói, liền vái in ba trăm cuốn mà lưu truyền, cầu cha mau mạnh. Phục-Sơ nghe quỉ nói : « Ông Táo đã đề hai chữ *Thuận-Tuân* trên trán Phục-Sơ, không bao lâu sẽ có chiếu chỉ Ngọc-đế đến, chúng ta trốn trước cho mau, kẻo nữa bị quở. » Phục-Sơ liền mạnh.

Hạ-kiến-Mô tự Hữu-kiều, ở huyện Tiền-đường, thuật chuyện chiêm-bao rằng : « Năm Mậu-dần, ta dạy học tại nhà họ Cao lúc tháng tư, ta soạn sách củ trên gắc, gặp cuốn Ngọc-Lịch, coi rồi xét lẽ dạy thì phải, song không chắc thiệt sự như vậy. Nhưng mà thấy lời nói rẽ ròi, tuy kẻ dốt đàn-bà nghe cũng dễ hiểu, vậy mà một lẽ chánh, khuyên đời làm lành răn dữ như sách nho. Vã lại giá in cũng rẻ, nên vái in thí một trăm cuốn. Cách vài ngày xem lại, thấy nhiều lời nói quái gở, mình là học nho, không lẽ nói cho ai nghe. Nghĩ vậy nên tính lại không in. Đã gần đi thi, không rảnh đâu mà suy xét việc ấy. Vào thi nạp quyển rồi, về nhà ngẫm nghĩ mình đặt hai câu chưa êm, e khi phải rớt, nên trong buồn bực, nằm mơ-màng thấy một ông cao lớn, ăn mặc đồ xưa, gò má có triều, râu dài như hình ông Tô-đông-Pha vậy. Ta lấy nảo bài vỡ trong trường đưa xin xem thử đậu rớt. Ngài dạy rằng : « Ta biết tánh chàng đủ tài đức, khoa nầy chắc đậu, còn ngại nỗi gì ! Song ngươi đã gặp Ngọc-Lịch, sao không in mà cho thiên hạ ? » Ta nhớ trực lại, thưa rằng :

« Ngọc-Lịch e sự không thiệt chăng ? » Ông già nói : « Địa-ngục dưới Âm-phủ, là tại lòng người làm phạm các tội nơi địa-ngục. Nếu lòng người chẳng phạm các đều ấy, thì có địa-ngục cũng như không. Mình thông lý sao còn chưa hiểu mà nghi không thiệt ? Mau in mà thí, đừng dụ-dự hồ nghi nữa ? » Ta thức dậy, chưa dám nói với ai. Thiệt tới kêu tên mới biết chắc đậu, nên in một trăm cuốn và phụ thêm sự chiêm bao vô đây.

Tôi là Cao-Lan, tự Nhơn-Hòa. Ngày 11 tôi qua mừng cậu tôi là Hạ-hữu-Kiều thi đỗ. Cậu tôi thuật chuyện chiêm bao điểm lạ. . . . , và đưa bài tự thuật cho tôi xem, tôi cũng lấy làm lạ ! Khi ấy con tôi là Hiển-Tăng có đậu ba bốn ngày mà không tốt. Đến rằm vợ tôi là Phùng-thị, con gái tôi là Trinh-Khanh cũng có đậu nửa. Kể một tên học trò, một con tĩ-tất cũng có đậu, tôi lấy làm hải kinh ! Đêm ấy thắp hương đốt sớ chịn ăn năn chừa lỗi, nguyện in ba trăm cuốn Ngọc-lịch cho người và thả 30 muồn mạng cá. Vái rồi không đầy mười ngày mà bốn người mạnh. Con Hiển-Tăng yếu đuối nên chậm hơn, sau ra mủ lỗ tai rồi cũng mạnh. Lấy làm lạ đều nầy : vợ tôi đậu rựng mọc, mà mọc không đặng, thầy thuốc sợ nhập vô làm khổ, kể từ tôi đốt sớ ba ngày, ra mồ hôi ba lần, rồi tiêu mất ! Nhờ ơn thần phò hộ bình an là vì vái in Ngọc-lịch mà linh nghiệm như vậy. Mới tin cậu tôi thấy chiêm bao là điểm thiệt, nên khắc thêm sự tôi vào đây, cho thiên hạ biết. Nhằm tháng 9, vua Gia-Khánh 23.

Kinh Ngọc-lịch lưu truyền đã lâu. Ông nội tôi là Văn-Kỉnh có khắc bản in thí, ai tin làm theo đặng gặp phước, đều khắc thêm vào đây rồi. Năm ngoái Hạ-hữu-Kiều thấy chiêm bao, in một trăm bộ, đưa cho tôi một cuốn, tôi động lòng muốn in thêm, ngặt lúc không dư. Năm nay thi đỗ, thân-hữu lễ mừng, tôi đều lấy mà in một trăm cuốn và khắc thêm lời nầy vào đây.

Từ-Chương ở Tiền-đường, ghi tháng mười năm Kỉ-mảo.

Năm Mậu-dần, Hạ-hữu-Kiều làm chức Hiếu-liêm, qua Tô-châu cho tôi một bổn Ngọc-lịch, tôi coi tới câu : « Địa-ngục là tại lòng... » Tôi ngẫm ra lý quã báo. Qua năm Kỉ-mảo, cháu lớn tôi bịnh nặng, tôi vái in Ngọc-lịch cầu cho cháu mạnh, thiệt quã đặng sống. Tháng hai năm nay, con trai lớn tôi là Lượng-Dần đau chứng yết hầu gần chết, tôi vái trời xin cho con mạnh, thì in Ngọc-lịch phát liền. May ra mồ hôi mà mạnh, đổi họa ra phước, nên cám ơn trời phật thánh thần. Khi trước tôi gởi cho bằng-hữu qua Hàng-châu in ba trăm cuốn đã thí rồi. Nay qua Hàng-châu in ba trăm bổn nửa, có khắc in thêm khoản nầy cho các nơi khác. Kinh nầy đáng tin đáng kinh, nên tôi ghi vài lời xin các vị thiện-tâm rán rủ in ra khuyên đời, thì đặng phước nhiều lắm. Khi ấy niên hiệu vua Đạo-Quang năm thứ nhứt là Tân-tị, tháng tám. Cát-võ Điền hiệu Du-Nhuận đương ở ngụ Tô-châu, đề.

Niên hiệu Đạo-Quang năm Quí-vi, mùa thu tôi là Phan-quang-Thọ ở huyện Tiền-đường, bối em bạn dì tôi là Châu-phước-Tăng, Tào-thủ-Tăng khắc bản khuyên tiếc lúa gạo, trọng giấy chữ, lại tính khắc bản Ngọc-lịch in cho đời. Tôi nói : « Sự địa-ngục là u-minh, không đáng tin. Vả lại muốn lượm giấy chữ đà tốn hao, khắc bản tồn nhiều, vô ích. » Hai em nghe tôi nói thôi làm. Qua mồng ba tháng giêng, năm Giáp-thân (năm sau), tôi chiêm bao đến chùa Văn-Xương Đế-Quân, kêu tên thì vào hầu. Tôi vào quì lạy. Phán-quan nói lớn rằng : « Người đã chẳng tin thì thôi, sao lại cảng người làm lành ? » Tôi tâu rằng : « Thuở nay tôi không căng ai làm việc lành. » Phán-quan hét lớn rằng : « Người quên căng khắc bản Ngọc-lịch sao ? Người hay nói nhiều chuyện nên trễ đậu tú-tài đã mười năm và chết nhiều đời vợ ; nếu còn nói điên như vậy, thì thấy chết yểu ! Như biết ăn năn, nguyện khắc bản kinh khuyên đặng ngàn người chữa lỗi làm lành sấp lên, thì tiêu tội trước, mà được phước sau. » Ta giựt mình thức dậy, mồ hôi dầm mình ! Song còn nghi mộng-mị chưa chắc. Vã lại nhằm dịp tết, bằng-hữu rủ chơi bời, nên chưa lo khắc bản. Qua 27 tháng sau, ta thổ huyết hai búng, mệt xiểu ! Thấy Phán-quan khi trước mặt giận nạt rằng : « Người mới ăn năn, rồi cũng quên nửa, nay họa đến rồi ! » Bữa sau tôi kêu hai người em mà nói các đều ấy, nguyện ăn chay bảy ngày, mướn nhiều thợ khắc rút, mười ngày rồi bản nầy, khắc thêm sự mình, in luôn cho người, xin thiện-nam tín-nữ rán khuyên đời ăn năn, hoặc vẻ ra bức Thập-điện theo trong kinh mà treo trên vách, ngó thấy mà giựt mình, năng coi năng đọc Ngọc-lịch mà sửa lòng chữa lỗi, làm lành lâu ngày thì có phước. Nếu chẳng tin, e phải bị như gương tôi. Phan-quan-Thọ ở huyện Tiền-đường đề.

Tiên phật hay nói nhơn-quả, còn kẻ học nho hay chê là dị-đoan ! Sao chẳng xét ? Thích là phật, đạo là tiên, tuy dạy khác đạo Nho của thánh, song cũng dạy người làm lành như nhau, nên tam giáo như một. Tôi xem hết cuốn Ngọc-lịch, ý dạy cũng như sách Nho, mà nói rành rẽ dễ hiểu, không cần văn chương đối đáp, miễn cho đời dễ hiểu mà ở thì hơn, tới đám đàn-bà con nít cũng nghe chung đặng nữa. Người đời kẻ văn học, nên bảo ở nhơn nghĩa trung hiếu thì mấy ai hiểu thấu mà làm chi bằng Ngọc-lịch nói sự báo ứng, làm đều chi được phước, ở làm sao thì mắc tội mang họa, người thấy giựt mình mà hồi tâm. Mới coi thì là khuyên răn, xét kỹ thiệt đại đường đạo đức, phải là gìn lòng sửa nết cho người trung hiếu nhơn-nghĩa chăng ? Như vậy thì công lớn lắm có phải thua sách nho đâu ? Niên hiệu Gia-khánh 22 là năm Đinh-sửu, mùa xuân ghi lời bạt. (không đề tên).

KHUYÊN PHỤ ÍT LỜI
(cũng không đề tên)

Làm dử người đả làm, phước họa trời không vị. Biết lành đáng làm mà không làm, sao phải người lành. Biết dữ đáng chừa mà không chừa thiệt là cội dữ. Sự quả báo ai mà không hiểu ? Sao lại không làm phải, cam tâm làm quấy mà chịu trầm luân ! Người đời nhờ cơm mà sống nếu có hơi muốn thiu, thì đem mà đồ, có khi đạp cơm cháo củng không sợ tội. Nếu kẻ ăn mày, đặng cơm cháo thiu ấy mà ăn, củng sống đỡ một lát. Đồ ăn ngon vào bụng, thì hóa đồ dơ, sao lại chê cơm nguội ! Huống chi kẻ làm ruộng, gầy nên lúa gạo cực khổ trăm bề, mình có mà ăn, lại hủy-hoại như vậy, tội biết chừng nào ? Họ ăn mì hay đồ nước, sao không nghĩ đồ vụn, củng là cơm cháo, nếu chừa cặn, thì tôi tớ đồ nơi chỗ dơ ! Nếu không ăn nước, thì vớt mì vụn mà ăn cho hết. Nếu hủy-hoại cơm cháo vậy thực thái quá, e bị Lôi-công. Kinh nói : cử sát sanh, hoặc phóng sanh, là nói vật lớn, còn ta nhắc vật mọn cho đời nhớ. Người hay nuôi chim, như chim quyên nhồng sảnh keo két cưởng sáo, các loài chim hay ăn trùng dế cào cào, châu chấu v. v. thường ngày hay bắt các vật ấy mà nuôi nó. Nhà nào củng vậy, độ trong ý là coi nó cho đẹp mắt, nghe nó kêu nó nói cho êm tai mà thôi, chẳng kể giết không biết mấy muôn ngàn mạng vật mọn mà nuôi nó, trong lương tâm đành đoạn hay sao ? Còn người gọi ốc là rẻ nên hay ăn, song thiếu chi vật rẻ tiền, mà phải ăn ốc ? Một bữa ăn hơn vài trăm mạng ! Đáng lẻ đã cử, lại mua ốc mà phóng sanh, đặng chuột tội trước. Còn ăn cá là sự thường, song những cá nhiều trứng, nếu trứng cá tươi chưa vấy muối, để lâu củng còn nở. Sao không dặn kẻ nấu ăn, nếu làm cá gặp trứng thì lấy bao đất mà bỏ xuống sông, mình nhịn ăn một đủa mà phóng cả ngàn mạng cá con (ấy là lời ông Lử—đồng-Tân giáng cơ có dạy,) Phóng sanh thế ấy khỏi tốn tiền, mà phước lớn lắm. Nếu vì một miếng ăn mà chết trăm ngàn trứng cá sao đành, dấu vật mọn củng vậy.

KHUYÊN ĐỪNG MÊ TỬU SẮC TÀI KHÍ

Rượu chớ uống nhiều, nhiều thì say, say thì hư việc cả.
Sắc chớ ngó nhìn, nhìn thì mê, mê thì mắc tội đầu.
Bạc chớ tập đánh, đánh thì tham, tham thì thâm vốn liếng.
Giận chớ làm dử, dử thì đánh, đánh thì bị lao tù (củ).
(PHỤ) : Kiêng rượu không say, giữ tánh thường.
Đừng mê hoa-huyệt, chẳng tai ương.
Không theo bài bạc, còn gia sản.
Giận tức mà dằn, họa khỏi vương. (Hành-Tố)

TÍCH NGƯỜI KHÔNG TIN GIÁN CƠ

Có người kia thấy thỉnh cơ thì không tin, nói bày đặt lên giã. Lúc đó cơ lên xưng Ngọc-Hồ tiên-sanh. Va cười ! Cơ viết bày thơ 8 câu, va thất sắc quì lạy. Cơ nói nàng ấy đả thôi ở lầu xanh, : có chồng rồi, ngươi đặt thơ gởi âm-phủ có lục bài thơ, ta thấy làm án nặng viết cho ngươi sửa nết ! Y hoảng vì mới đặt nảo chưa gởi mà thần tiên bay. Năm sau y thác, Tám câu thơ y sau dây :

> Tử qui bay hoảng khóc tàn canh.
> Đoái lại Chưởng-đài cụm liễu xanh.
> Hoa nở có kỳ tằm ruột đứt.
> May tan không ngỡ bướm hồn đoanh (giấc diệp).
> Nhớ chứng gõ phớt xô khuôn cửa.
> Quá chén cười mơn nựng bức tranh.
> Còn ấp tì-bà năm trước chẳng ?
> Tầm-Dương tình cũ trả lời rành ?

BÀI THƠ KẾT :

> Trần làm gia chánh sách nêu danh.
> Hành-thiện tu hành tại học hành.
> Tố vị giàu nghèo dùng phải tố.
> Thanh liêm phận sự giữ cho thanh.
> Phước nhiều bởi dạ làm lành lắm.
> Đạo cả nhờ kinh giảng nghĩa rành,
> Nhơn-đạo xong rồi tiên-đạo có.
> Ký công chửa quá bước mây xanh.

Phụ dịch .

LỜI TỰA DƯƠNG-PHÁP-TRÌNH IN NGỌC-LỊCH

Quan-đế giáng bút tại đàn nhà Dương-phát-Trình, bão in Ngọc-lịch phải thêm 20 khoãn hựu-tội của Lữ-tổ xin phép Đại-Sĩ với Địa-Tạng mà giáng cơ và có các tiên giáng.

LỮ-TỔ PHỤNG SẮC GIÁNG BÚT

và chú giải 20 khoãn

Ta là Thuần-Dương đặt 20 khoãn xin ân xá, nhờ Quan-âm Địa-Tạng nhậm lời tâu lại, nên truyền chỉ cho ta phải phụng chỉ Thế-tôn như-lai truyền dụ 20 xá-khoãn. Nếu ai lương thiện, làm theo 20 khoản nầy, thì thành phật tiên thánh hiền. Nếu kẻ dữ thấy 20 khoản nầy, thề cãi ác, ở theo điều lệ đây, thì khỏi luân hồi trả quả. Ta giáng bút sau đây :

1· — HIẾU : Con có hiếu với cha mẹ, là đều lành trước hết, học trò có hiếu thì thi đỗ. Nếu ai bất hiếu thì trời phạt khốn khổ, tai nạn, chết tật bịnh, chết yểu (chết cách dữ). Dầu người tu tam giáo cũng vậy, hiếu thì siêu, bất hiếu thì đọa. Sự hiếu đả hết lòng phụng dưởng, biết có cha mẹ chớ không biết có mình, phải cung kính chìu lụy thiệt tình cho song thân đẹp ý. Nếu cha mẹ bất bình thì con mang bất hiếu.

2· — KÍNH : Kính sợ trời phật thánh thần, nên không dám làm việc quấy, lòng kiêng sợ là kỉnh không phải lạy cúng là kỉnh. Như kinh riêng phép nước, không dám phạm phép luật, chớ không qui lạy.

3. — Trung : Như tôi ra trận liều mình trả ơn chúa. Còn quan giản-nghị can vua không tiếc mạng. Quan trấn thanh liêm, thương dân, mảng lo việc nước mà quên việc nhà, vì hết lòng hết sức. Tôi tớ phải lòng trung với chủ nhà. Bạn bè trung tín với chủ tiệm. Người thay mặt trung với chủ. Còn như tá điền lo lúa ruộng, dân lo xâu thuế nước, cũng gọi là trung (hết lòng).

4· — Nghĩa : Là sự phải lẽ, không làm trái lẽ, chẳng dám quên ơn, không làm việc quấy. Xử cho phải nghĩa là quân tử.

5· — Thủ : Giữ bổn phận bền chí cho qua thời, không vì nghèo nàn mà đổi tiết. Phải thủ thân vi trọng, không dám làm cho hư thân thể mình, thủ khẩu không dám nói tồn đức.

6· — Nhẫn : Nhịn dẫn thì được phước mà khỏi họa. Như Lâu-sư-Đức, Trương-công-Nghệ, Lưu-Khoan. Nếu không nhịn, thì chẳng hòa.

7· — Đoan : Ngay thẳng, một sự ngay thẳng thì không tội, không tội, không nhập bọn tà vạy, cứ chánh trực công bình, sẻ thành thần thánh.

8· — Phương (Vuôn) : Ở có mực thước, làm việc vuôn tròn.

9· — Nhơn : Ở có nhơn là hay thương xót, chẳng nỡ hại người hại vật, mình no mà người đói không đành hay làm ơn phước.

10· — Hậu : Ở có hậu, thì không vong ân bạc ngãi, không khắc bạc ai hết. Người có ân hậu là người hiền lành lắm.

11· — Bất kiêu bất trá : Chẳng kiêu, chẳng gạt, giàu cũng không khoe khoang giỏi, cũng không kiêu ngạo. Châu-công là bực thánh, làm ngự-đệ mà còn chẳng dám kiêu. Kiêu như Thạch-sùng, giàu cũng mắc họa. Còn không dối thì là chờn thiệt, chẳng gạt ai chẳng thật ngòn thất tín, thì khỏi phạm vọng-ngữ, chơn thiệt mới thành.

12· — Bất tham bất sân : Không tham không giận. Tham thì sanh giận, giận thì sanh dữ, nên tam giáo đều cấm hai đều ấy. Quan-âm nói : « Sân thị tâm trung hỏa, năng thiêu công đức làm, dục hành bồ tát đạo, nhẫn nhục bộ chơn tâm.

Thích nôm : Giận thiệt lửa trong lòng, như thiêu hết đức công.

Muốn theo bồ tát dạy, dẫn nhịn dạ như không.

13· — Bất khí bất vỏng : Không dối, không ngang. Không dối thì lòng công, không ngang thì khỏi phạm thượng, giữ tánh khiêm nhường.

14· — Bất tà, bất dâm : Không vạy, không tà dâm. Lòng không chánh là tà, không phải thê thiếp mình, mà muốn là tà dâm (dâm ác), chẳng nên thấy sắc tốt mà sanh lòng tà dâm vọng tưởng.

15· — Tương thân tương mục : Thương nhau, hòa nhau. Lòng thân là tưởng, không ghét ai, hòa là không gây tụng với ai. Coi bốn biển như một nhà, coi thân ai như thân nấy, thương người thể thương ta.

16· — Đồng thiện, đồng thành : Mình lành, khuyên người làm lành, mình thiệt tình, khuyên người thiệt tình cũng hết lòng thành như mình.

17· — Hóa kỉ hóa nhơn : Sửa mình cho thành đức, rồi lo dạy người sửa người đặng đức hạnh như mình, không tiếc công dạy.

18. — **HÓA ĐẠO HÓA NGHĨA** : Giữ theo đạo ngũ-luân, xử cho phải nghĩa, hay trượng nghĩa giúp người, nhứt là bằng-hữu sửa lỗi nhau.

19. — **QUẢNG KHUYẾN QUẢNG HÀNH** : Rộng khuyên, rộng làm. Mình khuyên người làm lành làm phải, mà mình cũng làm ơn làm phước cho nhiều.

20. — **VÔ PHI, VÔ THỊ** : Không sanh việc thị phi. Nếu lòng ở công, không phân nhơn ngải, nói người phải mình quấy, thì không sanh việc thị phi.

Nếu giữ được 20 đều ăn xá thì siêu.

ĐỊA-TẠNG VƯƠNG BỒ-TÁT GIÁNG BÚT
(Tựa Công-quá-cách)

Người đời không cho con học chữ nho, nên không thông đạo lý. Cứ tưởng cúng chùa đứng hương là lành, rước sãi thầy tu tụng kinh làm chay thì siêu độ vong hồn đặng ! Các đều ấy có phải làm lành làm phước đâu ? Làm lành là làm phải lý, lại khuyên người làm phải, thì trời xuống phước. Ta thấy người đời ở với cha mẹ không hiếu gì, cha mẹ mãn phần thì nói : « Sa địa-ngục rồi ! Phải rước sãi làm siêu độ ! » Các sãi bày ra làm mị, như gởi kho vàng bạc, phá ngục, bòng đầu phường đặng tiếp dẫn vong-hồn lên Tây-phương . . . . Có lẽ gì thọc cây tre mà phá đặng địa-ngục ? Nếu quả như vậy, thì kẻ giàu sang làm dữ, thác rồi con cháu rước đông sãi tụng kinh niệm phật thì vong ra khỏi ngục. Người hiền lành mà nghèo, không tiền rước sãi làm như vậy, thì rạ không khỏi ngục ! Như vậy thì trời đất cũng vị nhà giàu mà hiếp nhà khó hay sao ?

Còn như phật ở Tây-phương, công đâu mà vị nhà có tiền phải đi cứu vớt ? Tâm là phật, tâm là thiên-đường, lòng lành thuận lòng trời thì cầu vong khỏi tội, lòng chẳng lành nghịch lòng trời thì cầu không đặng. Nếu không làm phước cứ mỗi ngày rước thầy tụng kinh cầu siêu hoài, phật muốn cứu cũng không lẽ cứu được. Ta cũng là Phật, lẽ đâu không hiểu phép. Làm lành tuy không cầu phật, mà phật cũng phò hộ. Nếu làm dữ, có lạy phật cho tới sói đầu, cầu cũng không đặng. Ta khuyên đời nghe lời ta, cứ ở theo luật Công-quá-cách, đừng làm các đều dị đoan trái lẽ, tuy chẳng cầu ta cũng độ vong, không cần rước sãi.

<hr>

VĂN-ĐẾ BÁ-TỰ-MINH GHI TRĂM CHỮ DẠY ĐỜI

Quá dục tinh thần sẳn.	Đa tư huyết khí suy.
Thiếu bôi bất loạn tánh.	Nhẫn khí miễn thương tài.
Qui tự tân cần đắc.	Phú tùng kiệm ước lai.
Ôn nhu chung hữu ích.	Cường bạo tất chiêu tai.
Thuận xử chơn quân-tử.	Khiêu toa thị họa tai.
Ám trung hưu sử tiễn.	Quai lý phóng ta ngai.
Dưỡng lành nghĩ tu thiện.	Khi tàm mạc ngật trai.

Nha môn hưu xuất nhập.

An phận thân vô nhục.

Thế nhơn y thử khuyến.

Hương đăng yếu hòa hài.

Nhàn phi khẩu vật khai.

Nạn thối phước tin hồi.

THÍCH NÔM :

Dục ít tinh thần khõe.

Vài chung khôn loạn tánh.

Sang lại siêng năng, đồ.

Dịu mềm siêu có ích:

Khéo sử nên quân-tử

Chốn thầm đừng bắn lén,

Tánh tốt gìn tam thiện.

Nha-môn đừng kiện cảo.

Bổn phận nương cơ tạo.

Lời nầy ai giữ đặng.

Lo nhiều khí huyết phải

Một nhịn khỏi hao tài.

Giàu nhờ tiện tặn, dai.

Hung dử sẽ mạng tai

Xui mưu rằm họa thai (trứng họa)

Cãnh nghịch giả ngây hoài.

Lòng gian uổng thập trai.

Làng xóm chớ chê bai.

Thị phi lấp tổ tai.

Nạn khỏi phước lâu dài.

ĐƯƠNG-THỦ TRAI-KỲ

(1 năm ăn chảy 61 ngày vía lớn)

Bốn ngày tháng giêng : mồng 1, lệ tế trời và vía phật Di-Lạc (vái ....) Mồng 8 vía Ngủ-điện Diêm-La-vương (vái ăn năn làm lành như mồng 1) Mồng 9 vía Ngọc-hoàng-thượng-đế, (vái cãi quá... Rằm : Thiên-quan đại đế)

Sáu ngày tháng hai : Mồng 1 vía Nhứt-điện Tần-quảng-vương (nguyện in Ngọc-lịch. Mồng 2 vía Thổ-địa chánh thần. Mồng 3 vía Tử-đồng Văn-xương đế-quân. Mồng 8 vía Tam-điện Tống-đế-vương (vái ....) Rằm vía Thái-thượng Nhạc-nguơn-soái (tụng cãm-ứng). 19 Quan-âm, (tụng Phổ-môn, Cửu-khổ, Cao-vương).

Sáu ngày tháng ba : Mồng 1 vía Nhị-điện Sở-giang vương (vái ....) Mồng 2 Chợp Vỏ Huyền-thiên thượng-đế (nguyện, tụng kinh Báo-ân). Mồng 8 vía Lục-điện Biện-Thành vương (vái .....) Rằm Lôi-đình đại tướng. 16 vía Chuẩn-đề Bồ-tát. 27 Thất-điện Thái-sơn vương. 28 Đông nhạc đại-đề.

Năm ngày tháng tư : Mồng 1 Bát-điện Bình Đẳng vương (vái ...) Mồng 8 Cửu-điện Đô-thị vương (vái.....). 14 Lữ-Tổ. Rằm, Thích-ca-như-lai, (tụng Kim-cang). 17 Thập-điện Chuyển-luân vương vái....).

Sáu ngày tháng năm : Mồng 1 Nam-cực tiên ông. Mồng 5 Lôi-đình Đặng-thiên-quân. 11 Đô-thành-hoàng. 13 Quan Thái-tử. (14, rằm 2 ngày cấm phòng).

Bốn ngày tháng sáu : Mồng 1 Rằm 19 Quan-âm thành. 23 Quan-đế. Linh-quan.

Bốn ngày tháng bảy : Mồng 1 ngày sóc. Rằm Địa-quan đại-đế. 18 Diêu trì Tây-vương-mẫu. 30 Địa-tạng vương (vái....).

Bốn ngày tháng tám : Mồng 1 Diệu-tế chơn-quân. Mồng 3 Táo-quân (tụng kinh...). Rằm Thái-âm hoàng-hậu (tụng Thái-âm). 24 Táo-mẫu (bà Táo) (tụng kinh ông Táo).

Bốn ngày tháng chạp : Mồng 1 Nam-tào. Mồng 9 Phong-đô đại-đế. 13 vía Mạnh bà. Rằm ngày vọng.

Năm ngày tháng mười : Mồng 1 Đông-hoàng-đại-đế. Mồng 8 Niết-bàn (phóng sanh). Mồng 10 ngày cấm phóng. Rằm Thủy-quan đại-đế. 30 Châu-tướng quân (ông Châu).

Bảy ngày tháng mười một : Mồng 1 ngày sóc. Mồng 4 Khổng-tử thánh nhơn. Mồng 6 Tây-nhạc đại-đế. Rằm ngày vọng 17 A-di đà phật (tụng Di-đà). 19 Thái-dương (tụng kinh Thái-dương) 23 Trương-tiên. Phàm vía nầy, vía Linh-quan, Thái-tử, ông Châu, vía ông Quan-đế, đều tụng kinh ông : Minh-Thánh, Vĩnh-Mạng).

Sáu ngày tháng chạp : Mồng 1 ngày sóc. Mồng 8 Thích-ca. Rằm ngày vọng. 23 đưa ông Táo, chánh vía, 24, 30 chư phật giáng thế.

Tháng nào thiếu 29 thế 30. Tháng nhuần tính theo tháng trước.

Nếu ai ăn chay vía trước nhiều không nổi, thì giữ chay nầy.

BÀI SÁM HỐI QUÁ, TIÊU MỘT NHỰT KỲ

Trần-huyền-Trang là thầy Tam-Tạng thỉnh kinh Tây-phương về, có dựng sớ cho vua Đường-thái-Tông, một tháng có một ngày nhằm giờ lạy sám-hối cho nhằm hướng chư phật hội nghị. Vái nguyện ăn năn chừa tội cũ và nguyện làm phước mới chờ tiêu tội. Chẳng phải lạy không, mà trừ tội đặng, Phật cho hối quá tùng thiện.

Tháng giêng, tảng sáng ngày mồng 1, lạy hướng nam 4 lạy, vái...
2, mồng 9, 5 giờ sáng, lạy hướng nam 4 lạy, nguyện...
3, mồng 7, tối 10 giờ, lạy hướng tây 4 lạy, »
4, mồng 8, tối 10 giờ rưỡi, lạy hướng đông 4 lạy, »
5, mồng 3, mặt trời lặn, lạy hướng đông 4 lạy, »
6, mồng 7, tối 10 giờ rưỡi, lạy hướng nam 4 lạy, »
7, mồng 6, mặt trời lặn, lạy lạy hướng đông 4 lạy, »
8, mồng 8, đứng bóng, lạy hướng nam 9 lạy, »
9, mồng 9, đứng bóng, lạy hướng nam 9 lạy, »
» 10, » 1, đứng bóng, lạy hướng nam 9 lạy, »
» 11, » 3, đỏ đèn, lạy hướng tây 9 lạy, »
» chạp » 3, mặt trời lặn, lạy hướng tây 9 lạy, »

Ngày ấy ăn chay niệm thầm : «Nam mô A-di-đà phật.» Đặng mấy câu lạy mấy câu. Chừng lạy, thắp nhang ba cây, cắm trên lư hương, nhắc ghế (bàn) để ngay hướng đó, có đèn cũng đũ, trà quả tự ý, không ngơ cũng được. Bận áo dài, đứng chắp tay niệm 6 chữ Di-đà 100 câu, ít nửa 10 câu. Rồi vái tên họ mình ngày nay nguyện cải ác tùng thiện, ở theo Công-quá-cách, cầu tiêu tội cũ, mà nhờ phước trời phật thánh thần cho, rồi lạy y số. Tàn hương, dẹp bàn ghế, niệm phật. Làm được như vậy ba năm, thì cảm-động bề trên, trong nhà bình an, lại qua nạn khỏi làm hoài chung thân, sống được phước, thác khỏi tội. Cũng như đặt bàn lạy vía Thập-vương, lạy Thập-vương cứ hướng bắc.

VĂN-XƯƠNG ĐẾ QUÂN GIÁNG CƠ DẠY CẦN CẤP

Ta đã thấy chiếu chỉ Thượng-đế ban cho Bắc-đế (Huyền-thiên thượng đế) nội tháng chạp, dẫn âm binh đi tra xét tội bất hiếu mà phạt, có hiếu thưởng phước, là xét các mồ mả tử tế, thì tra coi con cháu là tên họ gì mà lo cho cha mẹ ông bà, thì hưởng phước lộc thọ, gọi là thưởng thiện (hiếu.) Nếu mả nào hoang loạn, tồi tệ, bỏ bê, thì tra ra con cháu bất hiếu, mà phạt tai họa, bịnh hoạn, nghèo khổ, thác yểu. Tùy theo hư nhiều ít, mà phạt nặng nhẹ. Tại con cháu không biết cội rễ, nên phạt gia-đạo không an. Vì Huyền-thiên thượng-đế là giáo chủ việc báo ân, nên xin thưởng có hiếu và phạt bất hiếu. Nên ta cho đời hay trước mà giữ.

KHẮC BẢN NGỌC-LỊCH, THỈNH TIÊN CHO TỰA.

Lữ-Tổ giáng bút :

Người đời dữ thái quá, nhờ ơn Địa-tạng truyền chỉ Phong-đô, Thập-vương dọn Ngọc-lịch, xin chỉ Thượng-đế, ban phát trung-giái cho người ăn năn chừa lỗi, làm phước đền tội. Lúc đời Tống, nhằm nước Liêu niên hiệu Thái-bình, năm Cảnh-ngũ, sải nước Liêu là Đạm-Sĩ lãnh về, giao cho Phạm-nhứt-Chơn là Vật-mê đạo-nhơn truyền cho đời. Sau ta đã dọn 20 khoản xin chỉ ân-xá, giáng bút đem vào sau Ngọc-lịch. Thượng-đế truyền chỉ các thành-hoàng mỗi ngày canh thân sai du-thần đi xét những người tin Ngọc-lịch ăn năn chừa lỗi làm lành, thì cho tiêu tội, ai khắc bản in thì thì cho phước, có bịnh hứa in mà cầu tiêu bịnh, lượng theo số mà cho. Bất luận cầu việc chi, cũng cho nguyện in thứ Ngọc-lịch cho nhiều thì đặng. Nay khắc bản thêm, xin ta cho tựa ta nói thêm ít lời. Sự thiên-đường địa-ngục rõ ràng, đừng nghi không có, cứ làm dữ mà mang khổ. Y theo Ngọc-lịch, ăn năn chừa lỗi, làm lành làm phước chuộc tội; công lớn thì theo tiền phạt thành thặng dư phước đức con cháu được hiển vinh miên viễn. Lành ít sau khỏi sa địa-ngục, đầu-thai hưởng phước. Khuyên đời chớ hồ nghi.

LIỄU-TIÊN GIÁNG CƠ TỰA CHÓT

Thượng-đế cho nhãn kinh nầy là Từ-ân Ngọc-lịch, nghĩa là nhờ lịch ngọc thường ngày xem, ban ân xá, tha tội kẻ ăn năn. Nếu làm một phước, cho trừ hai tội cũ. Làm dư phước, thì Táo-quân tâu thưởng nhiều sự may, vân vân....

Hồi-Dương Biện hoặc ca

Trào Thanh nhơn quã Hồi-dương,
(Niên hiệu Gia-khánh Mậu-ngũ)
Tự-Kỳ tâu bổi, minh-vương phán rành :
Là vua Nhứt-điện U-minh (Tần-quảng vương)
Dạy việc tu hành, chỉ nẻo siêu thăng :
« Ngũ-luân là đạo lẻ hằng.
Tam-cang, huynh-đệ, hữu-bằng năm phe.
Thảo, ngay, chồng bảo vợ nghe,
Anh em yêu mến, bạn-bè thiệt tin.
(1· Trung) Làm quan trung với triều-đình,
Quên nhà vì nước, quên mình vì dân.
Công-bình chẳng vị tư ân,
Xứng ngôi chức phận, vẹn phần thanh liêm.
Còn như dân giã trọn niềm :
Lo xong xâu thuế, giữ nghiêm luật điều.
Gìn lòng trung tin mến yêu,
Không lời phạm thượng, giữ điều tôn quân.
Khuyên người noi đạo Ngũ-luân.
Sửa nên phong-hóa, dạy lần ngu-ngoan.
(2· Hiếu) Cha con đứng giữa tam-cang.
Đạo làm cha mẹ, dạy đoàn trẻ thơ.
Đừng cho hoang đãng bạc cờ,
Nòng thương nghề nghiệp, thi thơ học hành.
Cưng hư thời uổng công sanh,
Dạy nên là việc tu hành với con.
Làm con, chử hiếu vuông tròn.
Một lo thi đỗ, tông-môn rỡ ràng.
Hai lo thần tỉnh mộ khan,
Giàu ra công khó, nghèo càng dưỡng nuôi.
Kính thờ cha mẹ đồng vui,
Hết lòng hết sức, lo nuôi lo đền.
Thân mình cha mẹ gầy nên,
Giữ cho toàn vẹn, như đền củ-lao.
(3· Hòa) Thứ ba chồng vợ làm sao ?
Chồng ra xử thế, vợ vào tề gia.
Giàu nghèo cũng ở thuận hòa,
Xướng tùy phải đạo, vào ra giữ lời.
Phận chồng dạy vợ ở đời,
Làm dâu vẹn thảo. đãi người trọn ân.
Ban dâu hòa thuận mười phần,
Bà con yêu dấu, xa gần ngợi khen.

Lòng chồng chớ ở bạc đen,
Nhan sắc là hèn, đức hạnh là hơn.
Chớ mê tiếng quyển tiếng đờn,
Cũ vong mới chuộng, đèn hơn trăng lờ.
Đàn-bà giữ vẹn một thờ,
Tháng đợi năm chờ, chồng chúa vợ tôi.
Kính chồng, hiền đức vô hồi,
Sắt cầm hòa thuận, đắp bồi gia-can.

(4· ĐỄ) Thứ tư huynh đệ yêu đang,
Ấy là chữ đễ, cũng ngang chữ hòa.
Thịt xương một chỗ mà ra,
Anh dầu bị khổ, em đà chẳng an.
Em may anh nỡ lá gan,
Anh mà đau nhức, em càng xót xa.
Anh em yêu mến thuận hòa,
Mẹ cha đẹp ý, ông bà mát gan.
Mồ côi càng chạnh trăm đàng,
Nhìn xem thủ túc, mơ màng xuân-huyên.
Thương ánh như mến cha hiền,
Nếu phiền huynh đệ, như phiền mẹ cha.
Anh em ai dầu bất hòa,
Bị người đánh chưởi, cũng ra binh liền.
Bởi vì thiên-hiệp tự nhiên,
Anh em cha mẹ, căn nguyên tại trời.
Trời sanh trông thế đổi dời,
Khó tìm cha mẹ, khôn rời anh em.
Vợ, con, người chọn mắt xem,
Nối dây dễ quá, sanh thêm khó gì ?
Ấy là nhơn-hiệp lạ chi.
Chớ khinh huynh đệ, mà vì vợ con.
Mẹ cha anh chị vuông tròn,
Anh em bực nhứt, vợ con bực nhì.

(5· TÍN) Thứ năm bằng-hữu trọn nghì,
Giúp giùm sửa lỗi, yêu vì khuyên nhau.
Nội nhà ngộ biến lòng đau,
Có khi bằng-hữu giúp nhau được toàn.
Việc nhà khó nỗi trở đang,
Có khi bằng-hữu giúp cang đặng hòa.
Vậy nên chỉ tin đừng ngoa,
Càng lâu càng mặn, rán la rán giùm.
Chọn người tài đức yêu dùng,
Khuyên lơn làm phải, chung cùng giúp nhau.
Năm đều giữ vẹn trước sau,

Tu ròng ngủ đạt, đạo mầu nhứt tâm.

Năm đều giữ vẹn chẳng lầm,
Thì là thành đạo, phải tầm kiếm đâu?
Trẫm đà truyền đủ đạo mầu,
Người khuyên thiên hạ ráng tu cho thành.
Ấy là chánh phép tu hành,
Tại gia cũng đủ, bao đành xuất gia.
Gái trai lớn bé trẻ già,
Sang hèn giàu khó đều là phải tu.
Gồm tam giáo : thích đạo nhu,
Ai tu cũng đặng người tu thời thành.
Làm người tùy sức tu hành,
Cảnh nào cũng vậy lòng lành bấy nhiêu.
Tuy giàu, như khó chẳng kiêu,
Dầu nghèo như khá, chẳng đều gian hung.
Ở đời biết xét hay dung,
Trị nhà nhẫn nhịn, đủ dùng tu thân.
Sự nào mình phải mười phần,
Xét ra còn lỗi một phân sửa liền.
Việc chi người quấy cả thiên,
Tìm ra lẽ phải, không phiền chấp chi.
Siêng làm ra của khó gì,
Biết lo tiện-tặn, mấy khi nghèo nàn.
Gốc là Hiếu Để giữ ràng,
Thảo cha kính mẹ, yêu đang ruột-rà.
Ở đời phương-tiện, mới là,
Người lo chẳng liện, ta thà giúp phương.
Làm lành là gốc thiên-đường,
Tùy cơ bố-thí, chánh phương tu hành.
Trọn đời như vậy là lành,
Công đầy quả đủ thì thành chẳng qua.
Ăn chay niệm phật nên lòa,
Bằng không cũng đặng theo khoa thánh thần.
Tự-Kỷ còn ngại tâu rằng :
« Khó bề bố-thí, vì thân nghèo nàn ! »
Tần-quãng vương phán rõ ràng :
« Nhiều phương bố-thí, lắm đàng tế nhân.
Trừ ra túng ngặt cơ bần,
Mình đành thí của, cứu lần gian nguy.
Chớ như đói khát một khi,
Bữa cơm bát nước, tốn gì bao nhiêu ?
Người đời lo sợ chít-chiu,
Mình khuyên bớt ngại cũng đều tế nhân.
Người mê làm lỗi cõi trần,

Mình khuyến tu niệm, đặng phần siêu-thăng.
Giúp đều phương-tiện bữa giăng,
Ra công, mỗi miệng, cũng bằng thí thiền.
Người gây tụng, kẻ thù riêng,
Giải hòa thôi kiện, răn khuyên hết rầy.
Tuy nghèo thương chúng chẳng khuây,
Cũng là bố-thí lựa chi có tiền ? »
Tự-Kỳ còn ngại tâu liền :
« Sải gọi tu thiền, niệm phật ăn chay. »
Đức vua Tần-Quãng phán ngay :
« Bày ra niệm-phật ăn-chay sửa lòng.
Ăn chay không ích Thế-tôn (Thích-ca),
Công chi với phật mà hòng ỷ chay ?
Dầu cho niệm phật đêm ngày,
Ích chi cho chúng, rằng hay tu hành ?
Phép tu gốc tại làm lành,
Đừng vương việc dữ thời thành xưa nay.
Dẫu cho niệm phật ăn chay,
Tránh lành làm dữ, tội đày đọa sâu.
Mới giam mấy sải chẳng lâu,
Hòa-thượng khẩn cầu, niệm phật ăn chay !
Lòng chẳng tịnh, tánh không ngay,
Mãng đời niệm phật, ròng chay cũng cầm.
Ngũ-luân tu nhứt chẳng lầm,
Ăn chay bố-thí, niệm thầm thứ hai.
Thí tại tâm, chẳng tại tài,
Lòng chay khó lắm, miệng ngoài khó chi
Một đồng nhà khó thí đi,
Phước thí dám bì giàu có một thiên.
Giàu sang một bữa chay tuyền,
Cũng bằng nhà khó, chay liền một trăng.
Vì suy chỗ khó làm căn,
Khó mà làm đặng, thiệt rằng lòng tu. »

GIÁC MÊ DIỄN CA

Từ mở man trời đất những nay,
Cũng có cuộc tang thương cạnh cải.
Nguơn ba nguơn tuần quờn dựng lại.
Nội mười hai cho đủ mới rằng.
Cõi hồng trần còn hổi lăng xăng,
Người lành phải chịu bề cay đắng.
Chữ tam đạt thì công khá gắng,
Muốn lên bờ phải thật biển mê.
Học phật gia niệm chữ từ-bi.

Tu tiên đạo giữ câu cảm ứng,
Trung thứ nấy nho là bằng chứng,
Phật Thánh Tiên tam giáo một lòng.
Dọn chông gai đưởng cả mới thông,
Chịu tân khổ gọi là thượng trí.
Người trượng phu phải gìn tam quí,
Đứng anh hùng đừng bỏ cữu tư.
Đạo tiên thiên lập đãnh an cư,
Hạng cũng có trong hư mà thiệt.
Tánh tòng bá phải inh một tuyết,
Ai lạy-day thì đọa khổ luân.
Nhắn với ai qui giái phải tuần,
Một phen khổ muôn đời thong thã.
Nợ tiếng khiên buổi nầy phải trả,
Nợ trã rồi vật ngoại thảnh thơi.
Mặc dầu trong trời đất vui chơi,
Năm hồ rộng thần tiên thú lạ.
Muốn nên mình phãi bền chí cã,
Công cho dày thì quả mới cao,
Dốc lòng đền chin chữ cù-lao.
Hành chánh đạo vương-danh hậu thế,
Ấy vậy mới tứ ân bất phế,
Hỏi đạo người đừng bỏ nghĩa nhơn.
Làm sao cho biết thủy biết sơn,
Như Hàm-cốc cùng ông Tương-Tữ.
Trong danh lợi thì mình phãi xử,
Cuộc phù-huê nhắm cũng cheo leo.
Tần Thĩ-Hoàng tiếng hởi còn nêu,
Thâu lục quốc phần thơ khanh sĩ.
Núi thú-dương Di-Tề danh để,
Thà một lòng tuyết nghĩa mà thôi.
Làm chi cho Tần-Ngụy Cao ngôi,
Thanh sử tạt muôn đời cho tệ.
Đậu yến sơn ngủ chi chi quế.
Bởi vì chàng cãi quá tự tân,
Người đời lấy đức mà tu thân.
Đừng học vua Tần mang bất nghĩa.
Trắt ẩn chi tâm tuần thiên lý,
Nở lòng nào giết vật cho đành.
Người thời húy tử vật tham sanh,
Gẫm người vật máu xương không khác.
Thấy thừa sống chẳng dành thấy thác,
Lời Mạnh-kha sách để hẳn hòi.
Xin hiền lương xét lại mà coi,

Sao là phải sao rằng chẳng phải.
Có câu rằng quá như bất cải,
Tử-lộ xưa nghe lỗi thì mừng.
Võ-vương làm thiên hạ chi quân,
Còn phải văn thiện ngôn tắt bái.
Nói ra thì tai nghe củng trái.
Bởi vì nhơn sự cách thiên cơ.
Việc thị phi tai phải làm ngơ.
Học Nhan-tữ đai cơm bầu nước.
Đạo muốn gần tỏ đường sau trước.
Cách chỉ mành nào khác xa đâu.
Cỏi nam đã mở rộng cữa lầu.
Đèn tri huệ hào-quang chói hiện.
Ghe bác nhã nghinh ngang bốn biển,
Nước ma-ha rửa sạch ba lòng.
Rượu quỳnh-bà mời khách tây đông.
Ngựa không bóng rước người nam bắc.
Mây sau lưng xảy bày trước mặt.
Nữa bên nồi nấu khắp non sông.
Muốn cho thấy đặng chũ nhơn ông.
Non vô ảnh âu tâm mới hảng.
Trong hang thần đừng cho váng đáng.
Độc mộc kiều có gã huỳnh nương.
Hỏi nơi kẻ mua rượu huỳnh tương.
Đặng một chén uống đà bất lão.
Việc tu hành phải say mùi đạo.
Nếu bơ thờ quả vị khó tròng.
Tiếng đờn thì tai lóng cho thông.
Chơn như thể giai không ngủ huẩn.
Thập tam ma khuyên đừng lắp lững.
Gươm huệ mài trừ nó mới an.
Giản cho thông tứ cú kiêm-cang.
Thời mới thấy bổn lai viện mục.
Tuy sắc thân hỡi còn ở tục.
Lòng cho riêng mới gọi là thần.
Ai còn mang những thói tham sân.
E khó khỏi luân-hồi lục đạo.
Họa phước vô môn nhơn tự triệu.
Muốn hi hiền phải liều phàm tâm.
Đạo Như-lai vô thượng thậm thàm.
Biển cho lặng minh châu mới hiện.
Ngọc cữu khúc gắn công và liệu.

Tầm thư hùng hái thuốc non nam.
Mười hai giờ quyền hộ phải tham.
Thiên giao thái pháp luân thường chiến.
Hùm lên non rồng kia xuống biển.
Đầy ba xe chở những vàng ròng.
Làm sao rằng lôi phục thiên phong.
Mãng sáu hạp thâu vào lại kính.
Thuốc ba phẩm công phu luyện chín.
Muốn đớn thành văn vỏ phải toan.
Ai dốc lòng lên núi linh-san.
Đóng sáu cửa cho bền then khóa.
Cửu cửu ma thử lòng vàng đá.
Ấy mới rằng biết dã biết chơn.
Thầy Huyền-Trang thiệp thủy đăng sơn.
Trải tám mốt lôi-am mới tới.
Lòng bồ đề không dời không đổi.
Tánh yêu ma còn tiếc nhục phòng.
Bởi vì trong qui giái chưa xong.
Oan duyên nặng năm dày khó dức.
Đạo muốn cao phải bồi chí đức.
Đạo đức toàn qui phục thần khâm.
Trời đâu mà có phụ đạo tâm.
Nghiệm kiếm cổ người lành mắc nạn.
Việc tu hành phải soi cho rạng.
Nếu không mình ắc chẳng dốc hành.
Đạo phật tiên có chí thì thành.
Người bao nở thủy cầu chung đải.
Nương phép thoảng mà qua khổ hải.
Sóng muôn trùng còn đoài làm chi.
Bền một lòng niệm chữ A-di.
Sau cũng đặng thành thơi muôn kiếp.
Máy quan-âm lệ thoi như nhịp.
Người trăm năm chẳng khác chim bao.
Cõi bờ nầy sống nữa lao xao,
Cái danh lợi gần như bọt nước.
Đọc kinh sách nhớ người đời trước.
Ông Thạch-Sùng giàu có muôn xe.
Qua đời nầy tiếng bởi còn nghe.
Không thấy mặt trường sanh thọ hưởng.
Hàn-Tín là mưu thần chi tướng.
Cũng chưa nên mười mặt cho đăng.
Người ở đời lấy dò ma răn.

Kim như thị cổ hà như thị.
Xử thế phải biết liêm biết sĩ.
Tu thân thời vô lự vô tư.
An một lòng mau ốc thảo lư.
Đừng học thói triều Tần mộ Sở.
Đường Huỳnh-Đạo trời đà rộng mở.
Khách tây du sớm nhớ quày đầu.
Kiếp duyên khương sáu vạn dư thu.
Dưng thiên mạng kiếp tiền y-bác.
Sông Ai-hà khuyên người kiếp thác.
Khỏi lưới trần cực-lạc cũng xinh.
Cuộc diêm phù nhiều nỗi nhục vinh.
Không lại có giàu sang dời đổi.
Thú thanh thao màu đồng quen giỏi.
Đất Bồ-đề sớm tối xinh xang.
Chữ Danh-lợi, sao-bằng chữ nhàn.
Cửa Bát-nhã vào ra thong thả.
Trống Đại-Hùng đà thâu ý mã.
Chuôn linh sơn tỏa tâm diên.
Ngọc mu-ni há dễ khinh truyền.
Kinh Bạch-tự dán đâu vọng tiết.
Địch không lỗ có duyên mới biết.
Đờn không dây vô phước khó nghe.
Rượu đề hồ chứa để đầy ve.
Say một cuộc bất tri nhơn sự.
Ngâm chỉ huyền say cùng Ông-Lữ.
Đọc tỉnh mê say với Ông-La.
Kinh-Huỳnh-Dình rảnh đọc năm ba.
Vô-bồng-tháp buồn xem tạo hóa.
Ngỏ Nam-lãnh vui màu tòng bá,
Nhìn Bắc Hà rùa cả giỡn vơ.
Chốn Đơn-Phòng bài tỏ huyền cơ.
Mặc dầu kẻ ngộ cùng không ngộ.
Có duyên gặp tam-kỳ phổ độ.
Muôn đời còn Tử-phủ nên danh.
Ba ngàn công quả đăng viên thành.
Đơn thơ chiếu hiểu vinh thiên tước.
Chứ phẩm sen vàng khai thấy phật.
Duyên thất tổ đặng tiêu-diêu.

Saigon le   Phẩm
Tirage 2000   exemplaires
Imp. DUC-LUU-PHUONG
Editeur :
Directeur :

Lời trần thuyết

Tôi tên Trần-văn-Sáng, vợ tôi là Huỳnh-Thị, noi gương ông bà cha mẹ, lấy đức hiền mà ở đời.

Mong nhờ ơn trên Trời-Phật phò-hộ cho những linh-hồn ở thế-gian làm nhiều phước, đặng tiêu diêu nơi đời quá khứ, sau mong ơn tế-độ chúng-sanh đặng mau ăn-năn hối ngộ hầu khỏi khổ an vui trong kiếp vị-lai.

Vì thấy thiên-hạ mắn lo tranh-giành nào tiền, danh, sắc, lợi, ảo-huyền mà rốt lại, ôi ! vô cùng tội lỗi.

Luật tuần-huờn luân-hồi xây chuyển, kiếp con người gió bụi có ra chi ! Ước mong sao người người mau tỉnh ngộ, hầu nêu gương Từ-Bi của đức Phật, cho đoàn hậu lai chung soi sửa tánh.

Tôi xin biếu không một trăm quyển Kinh « NGỌC-LỊCH » cốt yếu để cho người đời xem tịnh trí để rèn lòng lánh dữ theo hiền cho tròn đức tánh đạo tâm.

(Xin nhớ gìn giữ kinh nầy tử-tế trong-sạch, cho đức-tin khỏi xao-xuyến thì được phước nhiều).

TRẦN-VĂN-SÁNG

Kính tặng

www.ingramcontent.com/pod-product-compliance
Lightning Source LLC
LaVergne TN
LVHW050846200726
843507LV00001B/458